நவீனத் தமிழ் ஆளுமைகள்
அஞ்சலிகள், அறிமுகங்கள்

நவீனத் தமிழ் ஆளுமைகள்
அஞ்சலிகள், அறிமுகங்கள்

பழ. அதியமான் (பி. 1961)

நவீனத் தமிழ் ஆளுமைகள் சிலர் மறைந்தபோது எழுதப் பட்ட அஞ்சலிகளும், அறியப்படாத தமிழ் ஆளுமைகள் சிலரின் வாழ்க்கை, பணிகள் குறித்த அறிமுகங்களும் கொண்ட தொகுப்பு இந்நூல்.

1930-50களில் வெளிவந்த *மணிக்கொடி, கிராம ஊழியன், சரஸ்வதி* போன்ற இதழ்களில் பங்களித்த எழுத்தாளர்கள் சிட்டி, வல்லிக்கண்ணன், விஜயபாஸ்கரன், பாரதி ஆய்வாளர் ரா.அ. பத்மநாபன், பாரதிதாசன் ஆய்வாளர் இரா. இளவரசு ஆகியோர் மறைவுற்ற தருணம் எழுதப்பட்டவை அஞ்சலிகள்.

மறுமலர்ச்சி எழுத்தாளர்கள் தி.ஜ.ர., க.நா.சு., கு. அழகிரி சாமி, பதிப்பாளர் வை. கோவிந்தன், குற்றப் பரம்பரை சட்ட எதிர்ப்புப் போராளி ஜார்ஜ் ஜோசப் ஆகியோரின் வாழ்க்கை, பணிகள் குறித்தவை அறிமுகங்கள்.

இந்த நவீனத் தமிழ் ஆளுமைகளின் முழு வாழ்க்கைச் செயல்பாடுகள் பற்றிய அடுத்த தலைமுறையின் விமர்சனக் கட்டுரைகள் இவை. இந்த ஆளுமைகள் பற்றிய ஏராளமான தகவல்களைச் சுமந்துகொண்டு கட்டுரைகள் செறிந்து தளும்புகின்றன. சுவாரசியமான, கிண்டல் தன்மை கொண்ட நடையில் அமைந்த நூல் இது.

வ.ரா. ஆய்வாளர். 'தி.ஜ.ர.', 'அறியப்படாத ஆளுமை: ஜார்ஜ் ஜோசப்', 'வ.ரா.', 'சக்தி வை. கோவிந்தன்', 'சென்னைக்கு வந்தேன்', 'கு. அழகிரிசாமி சிறுகதைகள்: முழுத் தொகுப்பு', 'பெரியாரின் நண்பர்: டாக்டர் வரதராஜுலு நாயுடு வரலாறு', 'சேரன்மாதேவி குருகுலப் போராட்டமும் திராவிட இயக்கத்தின் எழுச்சியும்', 'பாரதி கவிதைகள் முழுத் தொகுப்பு', 'பாரதியின் பாஞ்சாலி சபதம்', 'கிடைத்தவரை லாபம்' ஆகிய நூல்களின் ஆசிரியர்/ தொகுப்பாசிரியர், பதிப்பாசிரியர். தமிழ்ச் சிந்தனை வரலாறு தொடர்பான ஆய்வுகளில் ஈடுபட்டிருப்பவர். அகில இந்திய வானொலியில் நிகழ்ச்சி அமைப்பாளராகப் பணியாற்றுகிறார்.

பழ. அதியமான்

நவீனத் தமிழ் ஆளுமைகள்
அஞ்சலிகள், அறிமுகங்கள்

காலச்சுவடு பதிப்பகம்

நவீனத் தமிழ் ஆளுமைகள் அஞ்சலிகள், அறிமுகங்கள் ♦ கட்டுரைகள் ♦ ஆசிரியர்: பழ. அதியமான் ♦ © பா. அமுதா ♦ முதல் (குறும்) பதிப்பு: மே 2016, இரண்டாம் (குறும்) பதிப்பு: டிசம்பர் 2017 ♦ வெளியீடு: காலச்சுவடு பப்ளிகேஷன்ஸ் (பி) லிட்., 669 கே.பி. சாலை, நாகர்கோவில் 629001

naviinat tamiz aaLumaikaL anjalikal, arimukangal ♦ Essays ♦ Author: Pazha. Athiyaman ♦ © Pa. Amutha ♦ Language: Tamil ♦ First (Short) Edition: May 2016, Second (Short) Edition: December 2017 ♦ Size: Demy 1x8 ♦ Paper: 18.6 kg maplitho ♦ Pages: 152

Published by Kalachuvadu Publications Pvt. Ltd., 669, K.P. Road, Nagercoil 629001, India ♦ Phone: 91-4652-278525 ♦ e-mail: publications@kalachuvadu.com ♦ Printed at: Compuprint Premier Design House, Chennai 600086

ISBN : 978-93-5244-038-2

12/2017/S.No. 715, kcp 1990, 18.6 (2) OLL

கண்ணனுக்கு

பொருளடக்கம்

முன்னுரை 11

அஞ்சலிகள்

சிட்டி – *விடைபெறும் கடைசிக் குரல்* 17

வல்லிக்கண்ணன் – *உழைப்பில் நின்ற ஒருவர்* 21

சரஸ்வதி விஜயபாஸ்கரன் –
'வென்றிலன் என்றபோதும்' 26

மா.சு. சம்பந்தன் – *'தொடர்பன்!'* 36

ரா.அ. பத்மநாபன் – *பயனுறு வாழ்க்கை* 39

இரா. இளவரசு – *இரந்து பின்னிற்காத அறிஞர்* 46

அறிமுகங்கள்

தி.ஜ.ர. – *எளிமையின் அடையாளம்* 57

கு. அழகிரிசாமி – *'சென்னையில் செய்யுள் கட்டலாம்'* 76

க.நா.சு. – *ஓர் எழுத்தியக்கம்* 110

சக்தி வை. கோவிந்தன் –
முன்னோடிப் பதிப்பாளுமை 129

ஜார்ஜ் ஜோசப் – *அறியப்படாத ஆளுமை* 144

முன்னுரை

நவீனத் தமிழ் ஆளுமைகள் பற்றிய இந்த நூலின் கட்டுரைகள் இரண்டு பகுதிகளாக அமைகின்றன. நவீனத் தமிழ் ஆளுமைகள் சிலரது மறைவின்போது எழுதப்பட்டுக் *காலச்சுவடு* முதலிய இதழ்களில் அவ்வப்போது வெளிவந்த அஞ்சலிகள் முதல் பகுதியில் அமைகின்றன. எழுத்தாளர் மா.சு. சம்பந்தன் (தொடர்பன்) காணாமல்போன போது எழுதப்பட்ட ஒரு குறிப்பும் இவற்றுடன் இணைந்துள்ளது. 'தொடர்பன்' இன்னும் தொடர்பெல்லைக்குள் வரவில்லை. அறிமுகங்கள் என்ற அடுத்த பகுதியில் அமைந்த கட்டுரைகள், நான் எழுதிய நூல்களில் இடம்பெற்றவை. பொருள் பொருத்தம் கருதி இந்நூலில் சேர்த்திருக்கிறேன்.

*மணிக்கொடி*யின் கடைசிக் கண்ணியான 'சிட்டி'யுடன் எட்டு ஆண்டுகள் (1982–90) நெருங்கிய பழக்கம் இருந்தது. வல்லிக்கண்ணனுடன் 'சிட்டி' அளவு தொடர்பு இல்லையெனினும் நலம் விசாரித்துக் கொள்ளும் நட்பு நிலவியது. விஜயபாஸ்கரனது தொடர்பு, கடிதங்களில் தொடங்கி *சரஸ்வதி* பழைய இதழ்களைப் படித்துச் செழித்தது; கோவைக்குத் தேடிச் சென்றும் அவரைப் பார்த்திருக்கிறேன். ரா.அ. பத்மநாபனுடன் 1984 முதல் நட்பு. அவருடைய கடிதங்களுள் பின்நவீனத்துவக் காலத்திலும்கூட வெளியிட இயலாத தகவல் தாங்கிய கடிதமும் ஒன்று. *காலச்சுவடு* நடத்திய ஒரு விழாவில் (2006) பாரதி விருது பெறக் கோவைக்கு வந்திருந்தார். அதிகாலை ஐந்து மணிக்கு ரயிலடியில், கன்னங்களை ஆசையோடு தடவி வாழ்த்து சொன்னார். அதுதான்

கடைசி சந்திப்பு. இம்முன்னுரையை எழுதும் நேரத்தில் அந்த அன்பு வழிந்த விரல்களின் ஸ்பரிசத்தை நினைத்துக்கொள்கிறேன். ஆனால் இந்த நெருக்கமோ பழக்கமோ சாய்வோ அன்பின் விகசிப்போ அந்த ஆளுமைகளைப் பற்றி எழுதப்பட்டுள்ள இந்த அஞ்சலிகளின் தொனியைப் பாதிக்கவில்லை. அஞ்சலிகளுக்கே உரிய சோகமும் நெகிழ்ச்சியும் இழைபவை அல்ல இவை.

சிட்டிக்கான அஞ்சலியைப் படித்துவிட்டு ம. இராசேந்திரன் இது அஞ்சலியா என்று கேட்டார். குறிப்பாக எந்தச் சொல்லையும் அவரது கேள்விக்கான ஆதாரமாக அவரால் குறிப்பிட முடியாது. 'உழைப்பில் நின்ற ஒருவர்' என்பது வல்லிக்கண்ணனுக்கான அஞ்சலி. 'அவர்மீது இவருக்கு அன்பே கிடையாதா' என்று பஞ்சாங்கத்திடம் விசாரித்தாராம் இதை வாசித்த பா. செயப் பிரகாசம். வல்லிக்கண்ணனது மறைவை, நிகழ்ந்த 15 நிமிடத்தில் எனக்கு வருத்தத்துடன் தெரிவித்தவரே அதியமான்தான் என்று பஞ்சு பதில் சொல்லியிருக்கிறார். இந்த அஞ்சலி வெளிவந்த சில நாட்களில் கோவையில் சந்தித்த ஆ. சிவசுப்பிரமணியன் 'கொஞ்சமும் கருணை இல்லையா' என்று மாடிப்படி ஏறியவாறே என்னைக் கேட்டார். உடனிருந்த ஆ.இரா. வேங்கடாசலபதி 'பெரியவர்கள் இப்போது சாகப் பயப்படுகிறார்கள்' என்றார். விஜயபாஸ்கரனின் இரங்கலான 'வென்றிலன் என்றபோதும்' படித்துவிட்டு இரவு 9:30 மணிக்குத் தொலைபேசியில் அழைத்தார் சுப.வீ. ஒரு நூலைப் படித்த முழுமை உணர்வு ஏற்பட்டது என்றார். அதில் குறிப்பிடாத பலரது பெயர்களையும் கேட்டறிந்தார். பின்னொரு நாள் தொலைக்காட்சி பேச்சொன்றிலும் அதைக் குறிப்பிட்டுப் பேசியதாகக் கேட்ட சிலர் சொன்னார்கள். இப்படிப் பலரையும் பாதித்த கட்டுரைகளை, 'அஞ்சலிகளை யார் வாங்குவார்கள்' என்று பயமுறுத்தப்பட்ட பின்னும் நூலாக்கியிருக்கிறேன். இந்த அஞ்சலிகள் துக்கத்தைப் பகிர்ந்துகொள்ள, வழியும் கண்ணீரைத் துடைத்துக்கொண்டு எழுதப்பட்டவை அல்ல. மறைந்த ஆளுமைகளின் வாழ்வையும் பணியையும் மதிப்பிட்டு அடுத்த தலைமுறைக்கு ஒரு குறிப்பிட்ட பார்வையோடு கடத்தும் முறையில் அமைந்தவை. ஆசிரியரான இளவரசு பற்றிய கட்டுரையையும்கூட விமர்சன இழையின்றி நெய்யவில்லை.

தி.ஜ. ரங்கநாதன், கு. அழகிரிசாமி, க.நா. சுப்ரமண்யம், வை. கோவிந்தன், ஜார்ஜ் ஜோசப் ஆகிய ஆளுமைகள் 1930–50களில் தமிழ் இலக்கிய, சமூக வாழ்வை ஏதோ ஒரு வகையில் பாதித்தவர்களுள் சிலர். ஆனால் வரலாற்றில் போதிய கவனம் பெறாதவர்கள். அடக்கமாக வாழ்ந்து சென்ற தி.ஜ.ர., ஒரு சகாப்தத்தின் அடையாளம். தெளிவுமிக்க எழுத்தில் சுவையான

கட்டுரைகளால் தமிழுக்கு வளம் சேர்த்தவர். கு. அழகிரிசாமியின் சிறுகதைச் சாதனைகள் இன்றைக்கும் மதிக்கத்தக்கவை. க.நா.சு. ஒரு இயக்கமாகவே பாய்ந்து தமிழை வளப்படுத்தியவர். இன்றைக்குச் செழித்து நிற்கும் தமிழ்ப் பதிப்புத்துறை ஒரு தொழிலாக மாறிய காலத்தின் பிரதிநிதி வை. கோவிந்தன். அவரது வாழ்க்கை பதிப்பாளர்களுக்கு ஒரு படிப்பினை. 'சி.டி. ஆக்ட்' எனப் பரவலாக அறியப்படும் குற்றப் பரம்பரைச் சட்டத்தை எதிர்த்து மதுரையில் போராடிய ஜார்ஜ் ஜோசப் கேரளத்தில் பிறந்திருந்தாலும் தமிழ் ஆளுமை. அதனால்தான் அவரைத் தமிழ்ப் பெரியார்களுள் ஒருவராக மதித்தார் வ.ரா. பாரதி, இராஜாஜி, பெரியார் ஆகியோரின் நண்பர். காந்தி சிறையில் இருந்தபோது *யங் இந்தியா* இதழின் ஆசிரியராக இருந்தவர். வைக்கம் வீரருள் ஒருவர். இத்தகைய நவீனத் தமிழ் ஆளுமை களின் வாழ்க்கை மற்றும் பணிகள் பற்றிய சிறிய, ஆனால் முழுமையான அறிமுகங்கள் இக்கட்டுரைகள். அவர்களைத் தேடிச் செல்ல ஒருவரையாவது இவை தூண்டலாம்.

நமது நிகழ்காலப் பிரச்சினைகளைப் புரிந்துகொள்ள இந்த 'நவீனத் தமிழ் ஆளுமைகள்: அஞ்சலிகள் அறிமுகங்கள்' நூல் ஏதோ ஒருவகையில் பயன்படக்கூடும்.

சென்னை 4   பழ. அதியமான்
9 ஜனவரி 2016

அஞ்சலிகள்

சிட்டி (1910–2006)

விடைபெறும் கடைசிக் குரல்

மணிக்கொடி எழுத்துச் சங்கிலியின் இறுதிக் கண்ணியான எழுத்தாளர் சிட்டி என்கிற பெ.கோ. சுந்தரராஜன் 97ஆம் வயதில் அண்மையில் காலமானார்.

'தரவுகள் வழங்கும் மூலங்களையே ஆராய்ச்சிகள்' என மயங்கிக் கிடந்த ஒரு காலத்தில்தான் சிட்டியை நான் முதன்முதலில் சந்தித்தேன். கல்வித்துறை சாராத ஆராய்ச்சியாளராக அவர் எனக்கு அறிமுக மானார். 1982 முதல் 90 வரையிலான ஆண்டுகளில் அநேகமாக இரு வாரத்திற்கு ஒருமுறை அவரைப் பார்த்துவிடுவேன். தமிழ் இலக்கியத்தில் 30கள் காலப் பகுதியில் ஆராய்ச்சி செய்கிற யாரும் என்னைப் போலவே அவரைப் பார்க்க வேண்டியிருந்தது.

1930களின் காலப் பகுதி சார்ந்த சர்ச்சை தொடர்பாகப் பாரதி மறைவு முதல் மகாகவி வரை நூல் எழுதிய அ. மார்க்ஸ் இந்த முறையில் அவரைப் பார்த்து எழுதிய வரி இன்னும் என் நினைவில் இருக்கிறது. ஒரு பற்றற்ற துறவியின் மனோபாவத்தில் சிட்டி இருந்தார் என அது தொடங்கும். சிட்டி தன் சிறுகதை வரலாற்று நூலை எழுதி முடித்துவிட்டிருந்த சமயம் அவரைப் பார்க்கப் போயிருந்தேன். 'யாரிடம் முன்னுரை?' என்று நான் கேட்டேன். 'நாங்கள் முன்னுரை வாங்குகிற மாதிரி யார் இருக்கிறா சொல்லுங்க?' என்றார். முன்னர் எழுதிய நாவல் வரலாற்று நூலுக்குத் தெ.பொ.மீ.யிடம் முன்னுரை வாங்கியிருந்தனர். 'யாரையும் சொல்ல முடியலையே' என்று நான் கைவிரிப்பேன் என்று எதிர்பார்ப்பதுபோல அந்தக்

குறும்பு தெறிக்கும் குண்டு விழிகள் என்னைப் பார்த்தன. ஆனால் நான் சொன்னேன். எனக்கு வழக்கமாகக் கிடைக்கும் காப்பி அன்று கிடைக்கவில்லை.

30களில் நிலவிய இலக்கிய உள் அரசியல் பற்றி யெல்லாம் சிட்டி சொல்லுவார். அன்றைய ஆளுமைகளான ஆ.நா. சிவராமன், டி.எஸ். சொக்கலிங்கம், சங்கு கணேசன், கு.ப.ரா., வ.ரா. பற்றியும் நிறையச் சொல்லியிருக்கிறார். வயதானவர்களிடம் எப்போதும் நாம் எதிர்பார்க்கும் கழிவிரக்கப் பேச்சை ஒரு நாளும் சிட்டியிடமிருந்து நான் கேட்டதில்லை.

'அரங்கம்' என்று ஆராய்ச்சியாளர்களுக்குத் தகவல்கள் தரும் ஓர் ஆராய்ச்சி அமைப்பைச் சிட்டி நடத்தினார். அதில் நான் பணம் கட்டிய உறுப்பினர். அது சரியாக இயங்கிய மாதிரித் தெரியவில்லை. அந்த அரங்கம் பற்றி இலக்கியச் சிந்தனையின் கூட்டத்தில்கூட சோ. சிவபாத சுந்தரம் பேசினார். மத்திய அரசின் ஏதோ ஓர் அமைச்சகத்தின் மூலமாக, இந்தியாவில் பல பதிப்பகங்கள் வெளியிடும் நூல்கள் இந்த 'அரங்க'த்துக்கு வந்துகொண்டிருந்தன.

வாசகர் வட்டம், பாரதி பாசறை போன்ற அமைப்புகள் சிட்டியிடம் ஆலோசனை கேட்பதுண்டு. இந்த அமைப்புகளுக்கு ஒரு வகையில் 'அளவு டம்ளர்' போலச் சிட்டி செயல்பட்டிருக்கலாம்.

தேடல் ஆராய்ச்சியில் பல்லாண்டுகள் தொடர்ந்து ஈடு பட்டதால் தமிழ்நாட்டில் எவருமறியாத பல நூலகங்களோடு சிட்டிக்கும் சிவபாத சுந்தரத்துக்கும் அறிமுகம் இருந்தது. சிவபாத சுந்தரம், லண்டன் நூலகத்தில் கண்டெடுத்த 'ஆதியூர் அவதானி சரிதம்' என்ற கவிதை வடிவ நாவலை (?) இவர்கள் வெளியிட்டது இத்தகைய நூலக ஆராய்ச்சியின் விளைவுகளுள் ஒன்று. சிட்டியின் சிறப்பான காலம் 1968-90வரையிலான ஆராய்ச்சிக் காலம்தான். இணை ஆசிரியரான சோ. சிவபாத சுந்தரம் திரும்பவும் லண்டன் போகிறவரையிலான காலம் அது.

கூட்டு முயற்சியாகவும் எதிரொலியாகவுமே சிட்டியின் பெரும்பாலான சிருஷ்டிகள் உருவாகியுள்ளன. புதுமைப்பித்தனின் கிண்டல் தொனிக்கும் விமர்சனக் குட்டு பெற்றாலும் 30களில் கிளர்ந்த 'பாரதி மகாகவியா?' சர்ச்சையின் ஒரு பரிமாணத்தின் பதிவு என்ற வகையில் சிட்டியின் 'கண்ணன் என் கவி' முக்கியமான நூல்தான். இந்த நூல் கு.ப.ரா.வுடன் இணைந்து எழுதியது. 'அடிச்சுவட்டில்' நூல் வரிசையை நினைவூட்டும் சிட்டியின் 'நடந்தாய் வாழி காவேரி' நூல் தி. ஜானகிராமனுடன் இணைந்து எழுதியது. எழுத்தாளர், ஒலிபரப்பாளர், சோ. சிவபாத சுந்தரத்தோடு இணைந்து எழுதிய நாவல் வரலாறும் சிறுகதை

வரலாறும் சிட்டியின் கூட்டு முயற்சியின் உச்சங்கள் எனலாம். இன்னும் பல காலம் ஆராய்ச்சியாளர்கள் தேடும் நூல்களாக அவை இருக்கும். விந்தன் போன்ற முக்கிய ஆளுமைகள் விடுபட்டிருந்தாலும் இலக்கிய வரலாற்று ஆய்வில் இந்நூல்களைப் புறந்தள்ளிவிட முடியாது. சர்க்கரை ஆலைகளுக்குப் பஞ்சமான தேசம் இது. சிட்டியின் இணை தயாரிப்பின் இறுதி முயற்சி வரலாற்று ஆய்வாளர் பெ.சு. மணியின் பங்களிப்போடு உருவான அதிசயப் பிறவி வ.ரா. வரலாறு. இன்னுமொரு வ.ரா. பற்றிய நூல் வரும்வரை களத்தில் தாங்கும். இன்னொரு நூல் எங்கே வரப்போகிறது?

'அந்தக் காலத்துச் (30களில்) சிறுகதை முயற்சிகளின் சின்னங்களாயிருந்தவை சுந்தரராஜனின் கதைகள்' எனச் சிவபாத சுந்தரம் விமர்சிக்கும் சிட்டியின் மொத்தக் கதைகள் 50க்கும் குறைவாகவே இருக்கலாம். அந்தி மந்தாரை, தாழை பூத்தது முதலியவை அவரது சிறுகதைத் தொகுப்புகள். அவரது அநேகக் கதைகள் ஏதோ ஒன்றின் எதிரொலிகளாக இருப்பதைச் சோ. சிவபாதசுந்தரம் மூலம் அறியலாம். சிட்டியின் 'புரியாத கதை', கு.ப.ரா.வின் 'புரியும் கதை'க்கு எதிர்மறை. தி. ஜானகிராமனின் 'மறதி' கதைக்கு மறுப்பு 'வழியிலே வந்தவள்'. புதுமைப்பித்தனின் 'சாபவிமோசன'த்தின் தாக்கம் 'மாசறு கற்பினாள்'. இது சிட்டியின் கதைகளைப் புரிந்துகொள்ள உதவும் ஒரு குறிப்பு.

மணிக்கொடி, *ஆனந்த விகடன்*, *களிராட்டை* முதலிய பத்திரிகை எழுத்துகள், வார்தா திட்டம், மதுவிலக்கு மங்கை, எல்வின் கண்ட பழங்குடி மக்கள் முதலிய நூல் முயற்சிகள், ஆசிரியர் வேலை, வானொலி வேலை, திருமணம், குடும்பம் எனக் கழிந்த சிட்டியின் முதற்கட்ட வாழ்க்கையைப் படைப்புக் காலம் எனலாம். நாவல் வரலாறு, சிறுகதை வரலாறு, சத்திய மூர்த்தி, காஞ்சி மடத்துப் பெரியவர் ஆகியோரின் வாழ்க்கை வரலாற்று ஆங்கில நூல்கள் முதலியன உருவான காலம் (1968–90) வாழ்க்கையின் பயன் கனிந்த ஆராய்ச்சிக் காலம்; மண்ணாங் கட்டி, கேலியும் கோலியும் இன்னும் சில தொகுப்புகள் அவரது இறுதிக் கால வாழ்வில் வெளிவந்தவை. இவை படைப்புக் காலத்தில் எழுதப்பட்டவை: இந்த இறுதிக் காலத்தைத் தொகுப்புக் காலம் எனச் சொல்லலாம்.

*மணிக்கொடி*யின் புகழை நிலை நிறுத்துவதிலும் அதை அடுத்த தலைமுறைக்கு நீட்டிப்பதிலும் சிட்டி ஆராய்ச்சிக் கால வாழ்க்கையில் கவனம் செலுத்தினார். 1980களில் சென்னை யில் *மணிக்கொடி*க்குப் பொன்விழாவை நடத்தினார். *மணிக்கொடி* யின் பிரமை தொடர இக்கூட்டத்தின் பங்கு அதிகம். கல்கியால்

போஷிக்கப்பட்ட சனரஞ்சகத் தன்மைக்கு எதிர்நிலை எடுத்த *மணிக்கொடி*யில் எழுதியவர். இந்த எதிர்நிலை மனோபாவத்தின் பெருமை மிக்க அடையாளச் சாட்சியான *மணிக்கொடி*யின் புகழை நிலைநிறுத்த முனைந்தவர். *மணிக்கொடி* விழாவிலும் பின்னரும் கல்கியைக் கொண்டாடும் நிலைக்குச் சரிந்ததன் பின்னணியில் இயங்கும் இலக்கியத்தை மீறிய காரணங்கள் யோசிக்க வேண்டியவை.

வ.ரா.வைக் குருவாகக் கொண்டாடிய சிட்டி, அவரைப் போலச் சீர்திருத்தக்காரர் அல்ல என்பது சிட்டியின் நூற் பட்டியலைப் பார்த்தாலே தெரியும். எனினும் அவர் பழம் பஞ்சாங்கமும் அல்ல. சூழலின் இறுக்கத்தைக் குறைக்கும் நகைச்சுவை அவருடையது. எப்போதும் நினைவில் நிறுத்தி அசை போட்டுப் பார்த்துச் சிரிக்கும் ரகத்தைச் சேர்ந்ததல்ல சிட்டியின் நகைச்சுவை. இவ்வகைக் கட்டுரைகளுக்கு வைத்துக் கொண்ட புனைபெயரே சிட்டி. புனைபெயர் அளவுக்கு நகைச்சுவை நிலைக்கவில்லை. *எழுத்து*வில் சிட்டி எழுதிய 'அழுக்கு' கவிதை ரொம்பப் பிரபலம். சிட்டியின் கவிதைக்கு அடையாளம் அது.

தழுவல் இலக்கியம் தொடர்பில் மகாகலைஞன் புதுமைப் பித்தன் மீதான சிட்டியின் விமர்சனங்களுக்குத் தமிழ்ப் படைப்பு ஆளுமைகள் பலர் சரியான பதிலைக் கொடுத்துவிட்டனர். ரகுநாதன், பொதியவெற்பன் ஆகியோரது உணர்ச்சி, அறிவு, தர்க்கம் சார்ந்த நீண்ட பதில்கள் சிட்டியின் நோக்கத்தை வெளிப்படுத்திவிட்டன. அவர் நகைச்சுவை எழுத்தாளர் என்பதை நிரூபிக்கக் காலம் அளித்த இன்னொரு சந்தர்ப்பம் போலும்.

மணிக்கொடி பற்றிய சித்திரங்கள் தமிழ்ச் சூழலில் தமது சோபையை இழப்பதற்குள் அதில் 30களில் எழுதிய அதன் வாழும் அடையாளமாக விளங்கிய கடைசிக் குரல் நம்மிடமிருந்து விடை பெற்றுக்கொண்டுவிட்டது.

***காலச்சுவடு*, ஆகஸ்ட் 2006**

வல்லிக்கண்ணன் (12.11.1920 – 09.11.2006)

உழைப்பில் நின்ற ஒருவர்

ரா.சு. கிருஷ்ணசாமி என்ற இயற்பெயர் கொண்ட வல்லிக்கண்ணன், 86 வயதில் சென்னையில் காலமானார்.

இறப்பு, எந்த வயதில் நிகழ்ந்தாலும் தொடர்புடையவர்களுக்கு அது இழப்புதான். நேர்ப் பழக்கத்தை, நேர்க் குரலை ஒரே மூச்சில் துண்டித்துக்கொண்டு போய்விடுகிறது இறப்பு... துக்கம் மனத்தின் ஆழத்திலிருந்து பொங்கி வருகிறது.

வல்லிக்கண்ணனின் லௌகீக வாழ்க்கை ஏற்றத் தாழ்வற்ற, வளமற்ற வாழ்க்கை. ஆனால் இலக்கிய வாழ்க்கை அப்படி அல்ல. 'கோயில்களை மூடுங்கள்!', 'அடியுங்கள் சாவு மணி', 'எப்படி உருப்படும்?', 'கொடு கல்தா?'...இதெல்லாம் கோபம் பொங்க, 'கோரநாதன்' என்ற புனைபெயரில் அவர் எழுதிய இளம் வயது நூல்கள். 'நையாண்டி பாரதி' என்ற புனைபெயரும் அவருக்குண்டு. 'கல்யாணத்துக்குப் பிறகு காதல் புரியலாமா?' 'கல்யாணம் இன்பம் கொடுப்பதா? இன்பத்தைக் கெடுப்பதா?' என்ற பட்டிமன்ற பாணி நூல்களும், 'செவ்வானம்', 'விடிவெள்ளி' என்ற தலைப்பிலான நூல்களும் அவர் வாழ்க்கையின் நடுப்பாகத்தில் எழுதியவை. சிறுகதை, நாவல், கவிதை எனத் தொடர்ந்தது இவ்விடைக்கால எழுத்து வாழ்க்கை.

பின்னர் இறுதிக்கால வாழ்க்கை திறனாய்வு, சிறுபத்திரிகை, புதுக்கவிதை வரலாறு என்ற நிலையை அடைந்தது. கோபம் பொங்கிய காலம் அவர் துறையூரில் கிராம ஊழியனில்

பணிபுரிந்த காலம் (1948 வரை). பின்னர் சென்னைக்கு வந்து, ஹனுமானில் பணியாற்றத் தொடங்கியது முதல் சென்னைக்கும் இராஜவல்லிபுரத்துக்கும் நாடாறு மாதம் காடாறு மாதமாக வாழ்ந்த காலப் பகுதி (1979 வரை) அவரது இடைக்காலம். அதாவது ஏறக்குறைய 60 வயதுவரை; பிறகு சென்னையிலேயே தங்கிவிட்ட சாகித்திய அகாதெமி விருதுக்குப் பிறகானது இறுதிக் காலம்.

கோபம் பொங்கி எழும் எழுத்தாளனாக உருவாகத் தொடங்கி, படைப்பியக்கத்தின் வளர்ச்சியில் நிதானத்துக்கு வந்த படைப்பாளியாக வளர்ந்து, இறுதிக் கட்டத்தில் ஒரு விமர்சகனாகியது வல்லிக்கண்ணனின் இலக்கியப் பரிணாமம்.

(கோபம் பொங்கி வழிந்த காலத்தில்) திராவிட இயக்கத்தவரும் (நிதானம் கைக்கு ஏறிய காலத்தில்) சினிமாக்காரர்களும் அவரைத் தம்முள் இழுத்துக்கொள்ள முயன்றதாகவும் அதிலிருந்து தான் தப்பிவிட்டதாகவும் வல்லிக்கண்ணன் நினைத்திருந்தார்.

முதல்கட்டமான ‘துறையூர்’ காலத்திலேயே 30 வயதிற்குள் ஏறக்குறைய 25 நூல்கள் வெளிவந்துவிட்டன. 26ஆம் வயதிலும் 28ஆம் வயதிலும் மட்டும் ஐந்து நூல்கள் (1946, 1948) வெளியாயின. இடைக்கால, சென்னை இராஜவல்லிபுரம் (60 வயதிற்குள்) வாழ்வில் மேலும் 20 நூல்கள் பதிப்பைக் கண்டிருக்கின்றன. மீதி 30 நூல்கள் அவரது இறுதி, சென்னை வாழ்வில் வந்தவை. 1991இல் மட்டும் ஏழு நூல்கள். மொத்தம் 75 நூல்களை, தன் 86 வயதுக் காலத்தில் அவர் எழுதியுள்ளார். இதில் இரண்டு நூல்கள் தன் வாழ்க்கை வரலாற்று நூல்கள். இரண்டு பாகம் அல்ல, இரண்டு நூல்கள். அவரது வாழ்க்கை வரலாற்றை மு. பரமசிவம் எழுதியதும் அ.நா. பாலகிருஷ்ணன் தொகுத்ததும் வேறு. எந்த நவீனத் தமிழ் எழுத்தாளருக்கும் இப்படி நூல்கள் வந்தனவா என்று தெரியவில்லை. ஆனாலும், வல்லிக்கண்ணனின் கனவுத் திட்டத்தில் இன்னும் எழுத வேண்டிய இரண்டு நாவல்கள் பாக்கி இருந்ததாகத் தெரிகிறது.

பி.எஸ். செட்டியாரின் சினிமா உலகம் (கோவை), சக்திதாசன் பொறுப்பில் வந்த *நவசக்தி* (சென்னை), அ.வெ.ரா. கிருஷ்ணசாமி ரெட்டியார் நடத்திய *கிராம ஊழியன்* (துறையூர்), பிறகு *ஹனுமான்* (சென்னை) ஆகிய சிறுபத்திரிகைகளிலும் அவர் பொறுப்பேற்று இயங்கியிருக்கிறார். *தினமணி*யில் (11.11.2006) வந்த இரங்கல் குறிப்பில் *காந்தி*யில் பணியாற்றியதாக வந்த தகவல் தவறு. *காந்தி* (1933) வந்தபோது வல்லிக்கண்ணனின் வயது 13.

தனது இளமைக் கால வாழ்க்கையில் இலக்கிய நடவடிக்கை எல்லாவற்றிலும் பங்கு பெற்றவராகவே வல்லிக்கண்ணன் இருந்திருக்கக்கூடும். பாரதி பாடல் பொதுவுடைமைக்காகப் போராடிய 'பாரதி விடுதலைக் கழக'த்தில் (1948) வ.ரா. முதலியவர்களோடு இணைந்து போராடியிருக்கிறார். 60 ஆண்டு காலம் (40கள் முதல்) சிறுபத்திரிகைகளுடனும் சிறு பத்திரிகை எழுத்தாளர்களுடனும் தொடர்பில் இருந்தார். சிறு பத்திரிகைகளின் வரலாற்றை அவற்றின் உள் விவகாரங்களோடு அறிந்தவர் அவர். வாசகர்கள், வளரும் எழுத்தாளர்கள் ஆகியோருக்குத் தொடர்ந்து கடிதம் எழுதும் வழக்கத்தைக் கைக்கொண்டவர். கடும் உழைப்பைச் செலுத்தக்கூடியவர். தன்னை முன்னிறுத்திக்கொள்ளாதவர். இலக்கியச் சர்ச்சைகளில் மௌனம் காப்பவர். அதிர்ந்து பேசாதவர். புதுமைப்பித்தனின் மேதமையை உணர்ந்து, அவருக்கு 'ஏகலைவ'னாகத் தன் நூல் ஒன்றை ('குஞ்சாலாடு', 1946) அர்ப்பணித்தவர். "அப்படியானால் கட்டை விரலைக் கேட்க வேண்டியதுதான்" என்று புதுமைப்பித்தன் இதைக் கிண்டலாக எதிர்கொண்டிருக்கிறார். புதுமைப்பித்தன் விரும்பவில்லை என்றபோதும் வல்லிக்கண்ணன் அதிரவில்லை.

எண்ணிக்கையில் 75 நூல்களை எழுதியிருந்தாலும் 'பாரதி தாசனின் உவமை நயம்' (1946), 'புதுக்கவிதையின் தோற்றமும் வளர்ச்சியும்' (1977), 'சரஸ்வதி காலம்' (1986), 'பாரதிக்குப் பின் தமிழ் உரைநடை' (1981) ஆகியவை வல்லிக்கண்ணனின் வலிமை மிக்க அடையாளங்கள்.

சிறுகதை, நாவல், கவிதை, நாடகம், கட்டுரை என்று தமிழ் இலக்கியத்தின் எல்லா வகைமைகளிலும் முயன்று பார்த்திருக் கிறார். ந. பிச்சமூர்த்தியை அடியொற்றி 1940களிலேயே புதுக் கவிதை எழுதினார். கட்டுரை அவர் கைக்கு வந்து நின்றது.

ஆசிரியராகச் சில சிறுபத்திரிகைகளில் இருந்து பார்த்திருக் கிறார். சூட்டிகை அவரை ஏமாற்றியிருக்கக் கூடும். திருமணம் என்ற பந்தத்தை ஏற்காததன் மூலம் குடும்பம் என்னும் கவலை தரும் பிரச்சினையிலிருந்து தப்பித்துவிடலாம் என்று நினைத்தார். ஆனால் தனக்கு முன் இறந்த அண்ணனின் பெரிய குடும்பத்தைத் தன் கடைசிக் காலத்தில் அவர் காப்பாற்ற வேண்டிவந்தது.

பேசுவதுபோலவே எழுத வேண்டும் என்று பாரதியார் வலியுறுத்திக்கொண்டே இருந்தார். அதை வல்லிக்கண்ணன் நேர் எதிர்த்திசையில் செயல்படுத்தினார். வல்லிக்கண்ணன் எழுதுவதுபோலவே பேசுவார். இலக்கிய நடை, வாக்கிய முடிப்பு, ஒருமை, பன்மை மயக்கமற்ற எழுத்து முறையே அவரது பேச்சு

முறை. உணர்ச்சியை மறந்தும் கலந்துவிடாத வைராக்கியம் வல்லிக்கண்ணனுக்கு உண்டு. சமூகத்தில் ஏற்றத்தாழ்வைக் கண்டிக்கும் நாம், பேச்சில் மட்டும் அதை ஏன் எதிர்பார்க்க வேண்டும்?

ஒல்லிக்கண்ணன் என்று எழுத்தாள நண்பர்கள் தம் தனிப் பேச்சில் குறிப்பிடும்படி, தோல் மூடிய எலும்புகள் தெரியும் ஒல்லியான தேகம் அவருடையது. ஆனால், இலக்கியச் சில்லான் என்று கரிசல் பூமணி வர்ணிக்கும்படியான சுறுசுறுப்பான உசுப்பிராணி அவர். ஒற்றைச் சுற்று வேட்டி, அரைக்கைச் சட்டை, சராசரி உயரம், எளிமையும் அடக்கமுமான தோற்றம். ஊடகங்கள் உருவாக்கிக் காப்பாற்றும் எழுத்தாளன், அதுவும் ஏழைத் தமிழ் எழுத்தாளன் பிம்பத்திற்குப் பொருந்தும் உருவம் வல்லிக்கண்ணனுக்கு. கொண்டாடுவது, மேலாக இருந்து கீழ் இருப்பவரைப் போஷிப்பது போன்ற மனோபாவம் கொண்ட சில மனிதர்களுக்கும் புரவலர்களுக்கும் அவரைப் பிற்காலத்தில் பிடித்துப் போனதற்கு இதுகூடக் காரணமாக இருக்கலாம்.

சில ஆய்வு நூல்களில் 'சரஸ்வதி காலம்', 'புதுக்கவிதை...' நூல் மேற்கோள்கள் சில என் கண்ணில் பட்டிருக்கின்றன. அதை விலக்கிவிட்டுப் பார்த்தால் தியாகம், அர்ப்பணிப்பு போன்ற சிலாகிப்புகளாகவே அவரைப் பற்றிய பேச்சுக்கள் கடந்த இருபது ஆண்டுகளாக என் காதில் விழுந்திருக்கின்றன. அவரது படைப்புகள் பற்றிய பேச்சுக்களாக அவை இல்லை. அவரைப் பாராட்டியவர்களின் பட்டியலில் பெரும் இடத்தை அடைத்துக்கொள்பவர்கள், அவருடைய எழுத்தின் ஒரு வரியைக் கூடப் படிக்காதவர்களாகவே இருப்பார்கள்.

தீவிர இலக்கியத்துக்கு அர்ப்பணித்துக்கொண்ட *சரஸ்வதி, தீபம்* போன்ற இதழ்களின் வரலாற்றை எழுதிய ஒருவர், எழுத்துவின் ஆளுமைகளைக் கொண்டாடும் ஒருவர், 'ஆற்றல் மிகுந்த அருங்கவிஞர்' என்று வா.மு. சேதுராமன் போன்ற, இவர்களிடமிருந்து முற்றிலும் மாறுபட்ட, ஆளுமைகளையும் கொண்டாடுவது எப்படிச் சாத்தியமாகிறது என்று கேட்கப் போவதில்லை. இத்தகைய 'சமரச சன்மார்க்க' வாழ்வைத் தமிழ் நாட்டில் அல்லாமல் வேறு எங்குப் போய் நிகழ்த்துவது? தூய இலக்கியவாதிகளும் இடதுசாரி இயக்கத்தவரும் ஒருசேரக் கொண்டாடும் ஒருவராக வல்லிக்கண்ணனால் இருக்க முடிந்தது. இது தமிழ்ச் சமூகத்தில் வியப்பானதல்ல.

நடப்பு நூற்றாண்டின் நடுத்தரவர்க்க நவீனத் தமிழ் வாழ்க்கையை ஒரு பிரமச்சாரி எழுத்தாளராக வாழ்ந்து அதை இலக்கியத்தில் பதிவுசெய்தவராக வல்லிக்கண்ணனைக்

கருதலாம். வாழ்க்கையை 'நீர்வழிப் படூஉம் புணை' போல அதன் ஓட்டத்தில் வாழ்ந்தவர் என்று சொல்ல முடியாது. ஏதோ பிடிவாதம் ஒன்று அவரை ஆட்கொண்டு வழிநடத்தியிருக்கிறது. சினிமா மறுப்பு, திராவிட இயக்க எதிர் நிலை, பெண் வெறுப்பு, பெருங்கூட்ட ஒவ்வாமை என்று பல எதிர்மறைகள் அவரது ஆளுமைக்குள் இயங்கியதாகத் தோன்றுகிறது. இந்த நூற்றாண்டுத் தமிழ் மனிதர், சமூக மனிதர், அதுவும் எழுத்தாளர், 'பெரியார் எழுத்துகளைத் தான் படித்ததில்லை' என்று சொல்வதை எப்படிப் புரிந்துகொள்வது? அவரது திசைகளைத் திருப்பியிருக்கக் கூடிய பல சந்தர்ப்பங்களைக் கொள்கை, பயம், லௌகீகச் சிரமம் போன்ற காரணங்களுக்காகத் திரஸ்கரித்திருக்கிறார். அதில் ஒன்று வயிற்றுக்குச் சோறு தரும் அரசுப் பணி. இப்படித்தான் அவர் வாழ்ந்தார். வகைவகையான வாழ்மாதிரிகளுள் இவர் ஒரு மாதிரி. இன்னொரு மாதிரி.

வரகவிகள், 'வர நூலாசிரியர்'கள் மறுக்காமல் முன்னுரை தரும் ஒரு முன்னுரைத் திலகத்தை இழந்துவிட்டார்கள். இலக்கியக் கூட்டங்கள் தமக்குத் தலைமை வகிக்கும் ஒருவரை இழந்துவிட்டன. தியாகம், அர்ப்பணிப்பு என்று பேசுபவர்கள், பொருத்தமான வாழும் உதாரணம் ஒன்றை இழந்துவிட்டார்கள். நவீனத் தமிழ் உலகம் உழைப்பில் நின்ற ஒருவரை இழந்துவிட்டது.

காலச்சுவடு, டிசம்பர் 2006

சரஸ்வதி விஜயபாஸ்கரன் (26.09.1926 – 09.02.2011)

'வென்றிலன் என்றபோதும்'

சரஸ்வதி விஜயபாஸ்கரன் காலமாகிவிட்டார். பழைய தோப்பின் மிச்சமிருந்த பெருமரங்களுள் மற்றொன்று விழுந்துவிட்டது. விடிவெள்ளி (1951) என்னும் சமூகப் பத்திரிகையை முன்னரே நடத்தி யிருப்பினும் சமரன் (1962) என்னும் அரசியல் பத்திரிகையைப் பின்னால் நடத்தியிருந்தாலும் இடையில் நடத்திய சரஸ்வதியே (1955– 1962) அவரது பெயரின் முன்னொட்டாய் நிலைத்துவிட்டது. இடதுசாரியான அவருக்கு வாழ்க்கையிலும் வரலாற் றிலும் சரஸ்வதியே துணையும் அடையாளமும் ஆகிவிட்டது.

தமிழ்ச் சிற்றிதழ் வரலாற்றில் மணிக்கொடிக்குப் பிறகு சாதனை படைத்த இலக்கிய இதழ் சரஸ்வதி. நவீனத் தமிழ் இலக்கியத்தில் ஒரு இயக்கமாக அதன் காலத்திலும் அதற்குப் பின்னரும் மணிக்கொடி ஒளிவீசியதைப் பி.எஸ். ராமையாவின் 'மணிக்கொடி காலம்' விவரித்தது. ஏறக்குறைய அதே தன்மையில் சரஸ்வதி காலம் என்னும் வல்லிக்கண்ணனின் நூல் சரஸ்வதியின் சாதனையையும், அதை நடத்த ஆசிரியர் விஜயபாஸ்கரன் பட்ட பாட்டையும் உணர்த்தியது. இயற்கையாகவோ திட்டமிட்டோ நிகழ்ந்த இந்தத் தேர்வும் வரிசையும் சரஸ்வதியின் இடத்தைச் சிற்றிதழ் வரலாற்றில் முன்னுரைத்து நிலைநிறுத்தியது. சிறுகதையின் வடிவப் பிரக்ஞையை உருவாக்கியது மணிக்கொடி எனில் அதன் முற்போக்கு உள்ளடக்கத்தை உறுதிசெய்தது சரஸ்வதி எனச் செ. கணேசலிங்கன் கூறியதும் இத்தேர்வையும் வரிசையையும் உறுதிப்படுத்துவதாகும்.

வடிவேல் விஜயபாஸ்கரனின் இலக்கிய வாழ்க்கையை நான்கு கட்டங்களாகப் பார்ப்பது அவரைப் புரிந்துகொள்ள உதவும். புகழ்பெற்ற காங்கிரஸ் தியாகியான தாராபுரம் பா. து. வடிவேலின் பெரிய குடும்பத்தில் பிறந்தவர். சிதம்பரம் அண்ணாமலைப் பல்கலைக்கழகத்தில் இண்டர்மீடியட் படிப்பில் சேர்ந்ததும் பின் நிர்வாகத்தால் விலக்கப்பட்டதும் முதல் பகுதி. சித்தாந்த ரீதியில் சொல்வதானால் காங்கிரசுக்காரனாக நுழைந்து டிஸ்மிஸ் செய்யுமளவு தீவிர கம்யூனிஸ்ட்டாக வெளியேறியது சிதம்பரம் காலம். நவ இந்தியா (கோயம்புத்தூர்), தினத்தந்தி, பீபிள்ஸ் பப்ளீஷிங் ஹவுஸ் (இதுதான் பின்னால் என்.சி.பி.எச். ஆக மாறியது), விடிவெள்ளி, சக்தி, ஹனுமான், சரஸ்வதி, சமரன், சோவியத் நாடு உள்ளிட்ட சென்னைப் பத்திரிகைகளில் / நிறுவனங்களில் பல்வேறு நிலைகளில் பங்கு பற்றியது இரண்டாம் கட்டம். ஒரு கம்யூனிஸ்ட் கட்சி ஊழியர் பத்திரிகையாளராக மலர்ந்தது சென்னைக் காலம். பத்திரிகை, வெளிப்படையான கட்சிப்பணி ஆகியவற்றை முடித்துக்கொண்டு கேரள நகரமான திருச்சூரில் வாழ்க்கையைக் கழித்த சிறு பகுதி மூன்றாவது. இது ஒருவகையில் விரக்திக் காலம். நிறைவாய்க் கோயம்புத்தூர் சென்றடைந்து அமைதியானது நான்காம் காலம். வரலாற்றில் அவரது பணிகள் பதிவான காலம் இது. இரண்டும் நான்கும் விஜயபாஸ்கரனது வாழ்க்கையின் உறுதிப் பகுதிகள்.

சென்னைக் காலத்தில் விஜயபாஸ்கரன் எட்டுப் பத்திரிகை களில் பணியாற்றினார். அதில் மூன்று பத்திரிகைகளைத் தானே நடத்தினார். இந்த அனுபவங்களை நான்காம் கட்டக் கோவை வாழ்வில் ஓரளவு பதிவுசெய்தார். அவர் ஆசிரியராக இருநது நடத்திய *சரஸ்வதி* இதழின் களஞ்சியத்தைத் தொகுத்து அதற்கு ஒரு சிறப்பான முன்னுரையையும் எழுதினார் ('சரஸ்வதி களஞ்சியம்', கலைஞன் பதிப்பகம், 2001). ஆறாண்டுகளுக்குப் பிறகு, நினைவில் தங்கியிருந்த தன் வாழ்க்கை அனுபவங்களைச் சுயசரிதையாக எழுதினார். திரும்பிப் பார்க்கிறேன் என்னும் அந்நூலை அ.நா. பாலகிருஷ்ணன் வெளியிட்டார். இந்த இரண்டு பதிவுகளும் இதழியல் வரலாறு, கட்சி *ஊழிய*னின் பத்திரிகை அனுபவங்கள் என்ற வகைகளில் முக்கியமானவை.

விஜயபாஸ்கரனின் சுருக்கமான வாழ்க்கை வரலாற்று நூல் அவரது இலக்கிய வாழ்க்கையைச் சொல்வது போல இருப்பினும் உண்மையில் கட்சிக்கும் கட்சி சார்ந்த இலக்கியவாதி ஒருவருக்கு மான உரையாடல் எனலாம். சென்னையில் கம்யூனிஸ்ட் கட்சி வளர்ந்த வரலாற்றின் ஒரு பகுதி; சீன – ரஷிய கருத்து மோதல்கள் தொடங்கிய காலகட்டத்தில் கட்சியில் ஏற்பட்ட

எதிரொலிகளைக் குறிப்புணர்த்தும் ஒரு பகுதி என்பதாக அந்நூல் தமிழ்நாட்டு இடதுசாரி வரலாற்றுக்கு உதவும் ஓர் ஆவணம்.

விஜயபாஸ்கரன் பத்திரிகையாளர், பத்திரிகையாசிரியர் என்று மட்டும் நின்றுவிடாமல் எழுத்தாளராகவும் சென்னை வாழ்க்கையில் கிளை விரித்தார். தலையங்கங்கள், பயணக் கட்டுரைகள் (ஈழத்தைக் கண்டேன்), ஆளுமைக் கட்டுரைகள் (பாரதியும் தமிழ் வளமும், சிறுகதை சாம்ராட்), இரங்கல் உரைகள் (தமிழுக்குப் பெரு நஷ்டம்), விவாதக் கட்டுரைகள் (நோக்கமும் செயலும்) போன்ற வகைகளில் அல்புனைவுக் கட்டுரைகள் எழுதினார். சென்னை வாழ்க்கையைப் பற்றிய பதிவுகளாகாத அவரது அனுபவங்கள், திரும்பிப் பார்க்கிறேன், சரஸ்வதி களஞ்சிய முன்னுரை ஆகியவற்றில் பதிவானதையும் விடவும் முக்கியமானதாக இருக்கும் என்று தோன்றுகிறது. 'சென்னைக்கு வந்தேன்' என்னும் பெயரில் அவர் ஆரம்பித்த அனுபவத் தொடரில் அவர் எழுதாதது பெரிய இழப்பு. இலக்கியம் குறித்த கறாரான பார்வை கொண்டவராக இருந்தபோதிலும் புனைவுப் படைப்பாளியாக அவர் மலரவில்லையோ என்று தோன்றுகிறது. புதுமைப்பித்தன் மலரில் அவர் எழுதிய கட்டுரை அவருக்குள் இருந்த புனைவாற்றலை வெளிப்படுத்துகிறது.

பத்தாண்டுகளுக்கு முன் ஒரு காலைவேளையில் விஜய பாஸ்கரனின் கோவை வீட்டைத் தேடிப் போனேன். அத்தெருவில் பெயரைச் சொல்லி விசாரித்தேன். சென்னை போயஸ் கார்டன் பிரமுகர் வீட்டை நினைவூட்டிய பெரிய கேட் உள்ள ஒரு மாளிகை முன்னால், விசாரிப்பு என்னைக் கொண்டுபோய் நிறுத்தியது. சந்தேகத்தால் அடுத்திருந்த நடுத்தர வர்க்க வீட்டின் கதவைத் தட்டி விசாரித்தேன். 'இது இல்லை அது' என்று அதையே சுட்டினர். கம்யூனிஸ்ட் ஒருவரின் வசிப்பிடமாக மாளிகையைக் கற்பனை செய்ய முடியாதது என் அனுபவத்தின் பலவீனம். ஆனால் உள்ளே விஜயபாஸ்கரன் இருந்தார். எளிமை, மரியாதை, நாகரிகம், அன்பு, தெளிவு நிறைந்த மனிதரிடம் இரண்டு மணி நேரம் 'சக்தி' வை. கோவிந்தன் பற்றிப் பேசிவிட்டு வந்த திருப்தியைப் பத்தாண்டுகளுக்குப் பிறகும் உணர்கிறேன். சோவியத் நாடு பத்திரிகையில் விஜயபாஸ்கரன் வகித்த பதவி யும் பெரிய நிலையினது. அதனால்தான் தொ.மு.சி . ரகுநாதன், கு. அழகிரிசாமி, மாஜினி போன்ற எழுத்தாளர்களுக்கு அவரால் பணி வாய்ப்பை அங்கு ஏற்படுத்தித் தர முடிந்தது.

சரஸ்வதியைத் தொடங்குவதற்கு முன் வை. கோவிந்தனின் *சக்தியில்* விஜயபாஸ்கரன் ஆசிரியராக இருந்தார். தி.ஜ.ர., சுப. நாராயணன், கு. அழகிரிசாமி ஆகியோருக்குப் பிறகு அப்

பொறுப்பை வகித்தார். *சக்தி* காரியாலயம், *அணில்* பத்திரிகை வேலைகளையும் கூடுதலாக அவர் பார்க்க வேண்டியிருந்தது. அவற்றோடு, கோவிந்தனின் இசைவோடு *ஹனுமான்* பத்திரிகை ஆசிரியப் பொறுப்பையும்கூட வகித்தார். சிரமமிக்க இத்தகைய பல குதிரைப் பயணம் இரண்டாண்டு காலம் நீடித்தது. விஜயபாஸ்கரன் ஆசிரியரான காலம் (1950களின் நடுப்பகுதி) *சக்தி* தளர்ச்சியுற்றிருந்த காலம். இவருக்காகவே இழுத்துப் பிடித்துச் *சக்தி*யை எப்படியோ நடத்தி வந்தாராம் வை. கோவிந்தன். அச்சூழலில் *சரஸ்வதி* ஆரம்பிக்கப்போவதைச் சொல்லி, *சக்தி*யிலிருந்து விலகினார்.

"கை வருந்தி உழைப்பவர் தெய்வம்; கவிஞர் தெய்வம்; கடவுளர் தெய்வம்" என்ற உழைப்பு, இலக்கியம் ஆகியவற்றை முன்னிறுத்தும் பாரதியின் வரிகளை இதழின் மைய நோக்க வாசகமாகக்கொண்டு 1955 மே மாதத்தில் *சரஸ்வதி*யைத் தொடங்கினார் கம்யூனிஸ்ட்டான விஜயபாஸ்கரன். *சரஸ்வதி* என்னும் பெயர் வேறு தொனியைப் பத்திரிகைக்கு அளித்தது. அதை எதிர்பார்த்தே திட்டமிட்டு இப்பெயர் வைத்தார் அவர்.

"முற்போக்கு இலக்கியவாதிகளும் இடதுசாரி இயக்கங்களும் நடத்திய பத்திரிகைகள் ஒன்றுகூட வெற்றிகரமாக நடைபெற்றதில்லை என்பது வரலாறு. ஏற்கெனவே தோல்வி கண்ட இதழ்களிலிருந்து முற்றிலும் மாறுபட்டதாக ஓர் இதழைக் கொண்டுவர முடிவுசெய்தேன். அதற்கு முதற்கட்டமாகப் பெயரிலேயே மாற்றம் தெரிய வேண்டும் என்று விரும்பி கலைகளின் தெய்வமாகப் போற்றப்படும் சரஸ்வதி என்ற பெயரைத் தேர்ந்தெடுத்தேன்" ('திரும்பிப் பார்க்கிறேன்', 2007, ப.87) என்று தன் நோக்கத்தை விஜயபாஸ்கரன் குறிப்பிடுகிறார். (அவர் மனைவி பெயரும் சரஸ்வதி.) 'இந்திய முற்போக்கு இலக்கியத்தின் தலைமகன் பிரேம்சந்த் நடத்திய பத்திரிகையின் பெயரும் *சரஸ்வதி* என்று பாஸ்கரன் மேலும் ஒரு பொருத்தம் காட்டினார் (அதே நூல், ப.25). உண்மையில் பிரேம்சந்த் நடத்திய அச்சகத்தின் பெயர்தான் *சரஸ்வதி*, பத்திரிகையின் பெயர் அன்னம் என்று பொருள்தரும் ஹன்ஸ்.

திட்டமிட்டுச் செயல்படுபவர் என்பதற்கு இன்னொரு ஆச்சரியமான சான்றையும் சொல்லலாம். ஐந்தாண்டு நஷ்டத்துக்குத் தயாராகவே அதற்குரிய மூலதனத்துடன் *சரஸ்வதி*யைத் தொடங்கியதுதான் அது. இதை அவரே எழுதியுள்ளார்.

1955 மே மாதத்தில் தொடங்கிய *சரஸ்வதி* மாத இதழாக 1962 ஜூன் முடிய ஏழரை ஆண்டு காலம் இடையில் பல சமயம் நின்று வெளிவந்தது. விற்பனை அதிகமாகி மூன்றாம் ஆண்டில்

மாதமிருமுறையாகவும் வளர்ந்தது. ஆனால் ஆறாம் ஆண்டில் தனிச்சுற்று இதழ் என்ற நிலைக்குத் தேய்ந்தது. கட்சியின் ஜனசக்தி அச்சகம் வேண்டுமென்றே தாமதம் செய்ததால், சொந்த அச்சகம் வைத்து 1959 ஆகஸ்ட் முதல் இதழைக் கொண்டுவந்தார்.

ஏழரை ஆண்டுகள் நடந்த *சரஸ்வதி*யின் சாதனைதான் என்ன என்று பின்னோக்கிப் பார்க்கும்போது முதலில் தோன்றுவது இதழ் நின்று ஐம்பது ஆண்டுகளுக்குப் பின்னும் இலக்கியவாதிகள் நினைவில் தங்கியிருப்பதாகும். *மணிக்கொடி*க்குப் பிறகு பெரும் புகழுடன் வாசகர் மனத்தில் தங்கியிருக்கும் பத்திரிகைகளுள் *எழுத்தும் சரஸ்வதி*யும் *கசடதபற*வும் முதன்மையானவை. அதற்குரிய காரணங்களாகச் சிலவற்றைச் சொல்லலாம். அவை *சரஸ்வதி*யின் சாதனைகளாகவும் கொள்ளப்படலாம்.

முற்போக்கு இலக்கியவாதிகளையும், சுத்த இலக்கிய வாதிகளையும் *சரஸ்வதி* இணைத்துச் சென்றது. *சரஸ்வதி*யில் க. கைலாசபதியும் எழுதினார். க. நா. சுப்ரமண்யமும் பங்களித்தார். தொ.மு.சி. ரகுநாதனும் எழுதினார். சி.சு. செல்லப்பாவும் எழுதத் தயங்கவில்லை. சாமி சிதம்பரனார் தொடர்ந்து கட்டுரைகள் எழுதினார். ஆர். சூடாமணியின் கதையும் வந்தது.

அயல் எழுத்துகளை முக்கியத்துவம் கொடுத்துப் பிரசுரித்தது. இலங்கையிலிருந்து க. கைலாசபதி, செ. கணேசலிங்கன், எச்.எம். பி. முஹதீன், ஏ.ஜே. கனகரட்னா, கா. சிவத்தம்பி, அ. முத்துலிங்கம் போன்றோர் எழுதினர். அவர்களது நூல் வெளியீட்டுக்கும் *சரஸ்வதி* உதவியது. இலங்கை எழுத்தை, தமிழ் இலக்கியத்தில் இணைத்த இந்த அருஞ்செயல் அவரை 1960களின் இறுதியில் இலங்கைவரை கொண்டு சென்றது. மலேயா சென்று வந்த கு. அழகிரிசாமியைக் கொண்டு மலேயத் தமிழ் இலக்கியம் பற்றி எழுதச் செய்தார்.

விற்பனை, ஆதரவு போன்ற லௌகீக லாபங்களைப் பற்றிக் கவலைப்படாமல், பல இலக்கிய சர்ச்சைகளில் தயங்காமல் தொடர்ந்து ஈடுபட்டது *சரஸ்வதி*. இதில் முக்கியமானது சாகித்திய அகாதெமி விருது பற்றிய விவாதம். அடுத்தது தமிழில் உரைநடை குறித்தது. முதல் சர்ச்சையில் கி. வா. ஜகன்னாதன், ரா. பி. சேதுப் பிள்ளை மற்றும் அவர்கள் சார்பானவர் ஆதரவை சரஸ்வதி இழந்தது. இரண்டாவதில் அ. சிதம்பரநாதன் செட்டியார் உள்ளிட்ட தமிழாசிரியர்களின் எதிர்ப்பைப் பெற்றது. பின்னால் தோன்றிய பல சிறுபத்திரிகைகளின் துணிச்சலான பாய்ச்சலுக்கு *சரஸ்வதி* அற பலமாக இருந்தது.

இலக்கிய மதிப்பு வாய்ந்த தொடர் கட்டுரைகளைப் பிரசுரித்தது. அதில் சிறப்பானது பட்டினப் பிரவேசம் (நினைவு

அலைகள்). கு. அழகிரிசாமி, க. நா. சுப்ரமண்யம், ஜெயகாந்தன் உள்ளிட்ட ஒன்பது பேர் எழுதிய 'சென்னைக்கு வந்தேன்' என்னும் இத்தொடர் இலக்கியச் சுவையும் சமகாலக் கருத்தோட்டமும் கொண்டது. இந்தத் தொடர் நூலாக வரவில்லையே என வல்லிக்கண்ணன்கூட வருத்தப்பட்டார் ('*சரஸ்வதி காலம்*', 1982, ப. 133). புதுமைப்பித்தன் உட்பட எழுத்தாளர் இன்னும் பலரின் சென்னை அனுபவங்களோடு இக்கட்டுரைகளை நான் தொகுத்துக் *காலச்சுவடு* மூலம் நூலாக வெளியிட்டேன் (2008).

பிற்காலத்தில் இலக்கிய வானில் ஒளிரவிருந்த நட்சத்திரங் களை அடையாளம் கண்டதும் முன் உணர்ந்ததும் *சரஸ்வதியின்* இன்னொரு சாதனை. அவர்களுள் முக்கியமானோர் சுந்தர ராமசாமி, ஜெயகாந்தன். சாந்தியில் முன்னரே எழுதத் தொடங்கி யிருப்பினும் கவிதையிலிருந்து உரைநடைக்குத் திரும்பிய சு.ராவுக்குச் சரியான ஆரம்பத்தைத் தந்த இதழ் *சரஸ்வதி*. அழகிரிசாமி கடிதம் எழுதிப் பாராட்டிய 'அகம்' உட்படப் பல முக்கியமான கதைகள் *சரஸ்வதியில்* வந்தன. அவரது முதல் மொழிபெயர்ப்பான 'தோட்டியின் மகன்' *சரஸ்வதியில்* தொடராக வந்தது. முதல் நாவல் 'புளிய மரம்' முளைவிட்டதும் இதில்தான்.

ஆசிரியர் விஜயபாஸ்கரன் வாரி வழங்கிய எல்லையற்ற எழுத்துச் சுதந்திரத்தைச் சுந்தர ராமசாமி, ஜெயகாந்தன் இருவரும் அனுபவித்திருக்கிறார்கள். அதைப் பதிவும் செய்திருக்கிறார்கள். சு.ரா. சொல்கிறார், "ஒரு தமிழ்ப் பத்திரிகை ஆசிரியராக இருந்தபோதிலுங்கூட நண்பர் விஜயபாஸ்கரனால், என் கதைகள் என் விருப்பப்படி இருந்தால் போதுமென எவ்வாறு எண்ண முடிந்தது என்பதை நினைந்து இன்றுவரையிலும் ஆச்சரியப்பட்டுக்கொண்டிருக்கிறேன். மகான்தான் அவர்" ('பிரசாதம்' முன்னுரை, 1963).

ஜெயகாந்தன் சொல்கிறார்: 'அந்தப் பத்திரிகை [*சரஸ்வதி*] தான் எனது மனசில் சிந்திப்பதுபோலெல்லாம் 'ரத்தமும் சதையுமாய்' எழுத இடமளித்து விளையாடத் தளம் அமைத்துத் தந்திருந்தது' (மேற்கோள், சரஸ்வதி களஞ்சியம் முன்னுரை). ஜெயகாந்தனின் ரத்தமும் சதையுமான எழுத்துப் பல சர்ச்சை களைக் கிளப்பி விட்டது. குறிப்பாகத் 'திரஸ்காரம்', 'பௌருஷம்', 'தாம்பத்யம்' போன்ற கதைகள் காரசாரமான விமர்சனத்தைச் சந்தித்தன.

'கூடுவிட்டுக் கூடு' என்னும் தலைப்பில் இந்த விமர்சனங் களுக்கு எல்லாம் ஜெயகாந்தன் பதில் எழுதினார். ஆசிரியரான விஜயபாஸ்கரன் முதலில் மௌனமாக இந்த விமர்சனத்தை

எதிர்கொண்டார். பின்னர் ஒரு சமயம் இதற்குப் பதில் சொன்னார்.

"தோட்டியின் வாழ்வைச் சித்திரிக்கப் புகும் கதையில் மலத்தின் நாற்றம் வீசத்தான் செய்யும்; அது ஆபாசமல்ல. தாய்மையின் தவிப்பை உருவகப்படுத்தும்போது முலைமீது முகம் புதைத்துக்கிடக்கும் குழந்தையின் தோற்றம் தெரியத்தான் தெரியும். இது ஆபாசமில்லை. யாருமில்லாத தனிமையில் வாய்க்கால் கரையில் புல்லுக்கட்டைப் போட்டுவிட்டுத் தாலிச் சரட்டைக் கண்ணில் ஒற்றிக்கொள்ளும் கிராமத்து . . . பதிவிரதைத் தன்மையைக் காட்டும்போது, கணவனின் நினைவால் பொங்கிப் பூரிக்கும் அவள் மார்பகம் தோன்றத்தான் தோன்றும். இதுவும் ஆபாசமல்ல. அப்படியானால் ஆபாசம் எது என்பது ஒரு கதையை முழுக்கப் படித்தபின் அது உணர்த்தும் மூல உணர்வு என்பதே. அந்த மூல உணர்வு நேர்மையின்பாற் பட்டதாய் இருக்குமானால், அவற்றின் நடுவில் வரும் ஆபாசம் போன்ற யதார்த்த சித்திரங்கள் ஆபாசமாக மாட்டா." (எமிலி ஜோலாவின் 'நிலம்' நாவலின் தமிழ்ப் புத்தகச் சுருக்கத்துக்கு விஜயபாஸ்கரன் எழுதிய முன் குறிப்பு). இன்றைக்கும் இலக்கியத்தில் ஆபாசம் எனக் குரல் எழுப்புபவர்களை இந்தப் பதில் திருப்திப்படுத்தாது என்றாலும் இத்தகைய குரல்களை அன்றே எதிர்கொண்டவர் விஜயபாஸ்கரன் எனச் சொல்ல இது பயன்படும்.

விவாதங்களை எழுப்பிப் புதுமைப்பித்தனின் முக்கியத் துவத்தை வரலாற்றில் நிலைநிறுத்தியதை *சரஸ்வதி*யின் சாதனை யாக இல்லாவிட்டாலும் இலக்கியச் சேவையாக நினைவுகூர முடியும். புதுமைப்பித்தன் மலர் ஒன்றை ரகுநாதன், ஜெயகாந்தன், ஆர். கே. கண்ணன், விஜயபாஸ்கரன் உள்ளிட்டோர் பங்களிப்புடன் *சரஸ்வதி* வெளியிட்டது. இம்மலரில் தொடங்கிய சாதக, பாதக அம்சங்களுடன் கூடிய விவாதம் சில இதழ்களுக்கு நீடித்தது. 'வீர வணக்கம் வேண்டாம்' என்ற தி. க. சிவசங்கரனின் பிரபலமான கட்டுரை அவ்விவாதத்தில் கிளர்ந்ததுதான்.

மௌனி, க.நா. சுப்ரமண்யம், சுந்தர ராமசாமி, ஜெயகாந்தன், ரகுநாதன் போன்றோரின் உணர்வெழுச்சி ததும்பும் புனைவு களைத் தாங்கிவந்த *சரஸ்வதி*யில் சாமி சிதம்பரனார், சி.எஸ். சுப்பிரமணியம் போன்ற அல்புனைவாளர்களின் கட்டுரை களும் தொடர்ந்து இடம்பெற்றன. சாமி சிதம்பரனாரின் மறைவைத் தமிழுக்குப் பெரு நஷ்டம் என விஜயபாஸ்கரன் மனங்குழைந்து எழுதினார். பல தளத்தின் எழுத்துகளும் அதன் முக்கியத்துவத்துடன் இடம்பெற வேண்டும் என்பது அவர்

எண்ணம். விசாலப் பார்வை கொண்ட ஜனநாயகவாதியாக விஜயபாஸ்கரன் இருந்திருக்க வேண்டும்.

திராவிடத் தலைவர் கே.ஏ. மதியழகனின் நண்பராகவும் பல்கலைக்கழகத்தில் அவரது அறைத் தோழராகவும் இருந்த விஜயபாஸ்கரன், திராவிடத்தின் பேரில் சிறிதும் சாய்வில்லாதவ ராகவே கடைசிவரை விளங்கினார். திராவிட எதிர்ப்பு அரசியலில் மலர்ந்தவர், அந்த நோக்கத்திலேயே பல அரசியல் பத்திரிகைகளை நடத்தியவர், எழுத்தாளர் சங்கத்தில் (திராவிடத்) தமிழர் ஒருவர் பேசிய பேச்சுக்காகப் பதவி விலகியவர் எனத் திராவிட மறுப்பில் திளைத்தவர் விஜயபாஸ்கரன். ஆனால் திராவிட இயக்கப் பத்திரிகையாளர் ஒருவரின் ஆலோசனையின் பேரில், திராவிட இயக்க ஆய்வாளர் ஒருவரின் முன்னுரையுடன், அண்ணாவின் பேச்சால் கவரப்பட்டு இலக்கியத்துள் வந்த ஒருவரது முயற்சியில் விஜயபாஸ்கரனின் வாழ்க்கை வரலாறு நூலாகி வந்துள்ளது. இதை எந்த ஆச்சரியத்தில் சேர்ப்பது? வாழ்க்கை கொள்ளும் விசித்திரக் கோலங்களைப் புரிந்துகொள்ள முடியாது போலும்.

சரஸ்வதி போன்ற பத்திரிகையை நடத்திய விஜயபாஸ்கரன் *தினத்தந்தி*யில் முதலில் பணிசெய்ததோடு வாய்ப்புக் கிடைத்தால் மீண்டும் அதில் சேரவும் விரும்பிய மனப்பக்குவத்தில் இருந்தார் ('திரும்பிப் பார்க்கிறேன்', ப. 82). இதுவும் எனக்கு வியப்பாகப் படுகிறது.

விஜயபாஸ்கரனின் வாழ்க்கை வரலாற்றிலும் சரி, வல்லிக்கண்ணனின் 'சரஸ்வதி காலம்' நூலிலும் சரி வருத்தத் துடனும் அழுத்தத்துடனும் குறிப்பிடப்படும் ஒரு விஷயத்தை எழுதாமல் அவரைப் பற்றிய எந்தவொரு சிறு குறிப்பும்கூட முழுமையடைய முடியாது. இலக்கியப் பத்திரிகையான *சரஸ்வதி*க்கு மட்டுமல்ல, கட்சி ஒப்புதலுடன் அவர் நடத்திய மற்றுமிரு சமூக அரசியல் பத்திரிகைகளுக்கும்கூட எதிராகக் கட்சித் தலைமை நடந்து கொண்டது பற்றிய வருத்தமே அது.

விஜயபாஸ்கரன், தன் 25ஆம் வயதில் தொடங்கிய அரசியல், பொருளாதார, சமூக வாரப் பத்திரிகை *விடிவெள்ளி* (மே 1951). அது 4,000 பிரதிகள் விற்பனையாகி வெற்றிக்கொடி நாட்டிக் கொண்டிருந்த வேளையில், 'கட்சிக்கும் விடிவெள்ளிக்கும் ஒட்டும் இல்லை, உறவும் இல்லை' என்னும் அறிவிப்பு, கட்சியின் பத்திரிகையான *உலக அரசியலில்* வெளிவந்தது. கட்சியின் முழுச் சம்மதத்துடன் மாகாணக் குழுவின் அதிகாரபூர்வ

தீர்மானத்துக்குப் பின் ஆரம்பிக்கப்பட்ட *விடிவெள்ளியைக்* கட்சி இப்படி அறிவித்துக் கவிழ்த்துவிட்டது அவருக்கு முதலில் குழப்பமாகவே இருந்ததாம்.

திராவிட முன்னேற்றக் கழகத்துக்கு எதிராகக் கருத்துப் போராட்டம் நடத்தும் நோக்கத்துடன் 1962 மே மாதம் *சமரன்* பத்திரிகையை ஆரம்பித்தார் விஜயபாஸ்கரன். (தன் மூன்று பத்திரிகைகளையும் கோடைக்காலமான மே மாதத்திலேயே அவர் தொடங்கியது ஏன் எனத் தெரியவில்லை!) இஸ்மத் பாட்சாவிடமிருந்து இரவல் பெற்ற பெயருடன் செல்வாக்கு கொண்ட இப்பத்திரிகை 14,000 பிரதிகள் விற்பனையுடன் இரண்டாண்டை நோக்கி வெற்றிகரமாகப் போய்க்கொண்டிருந்த சமயத்தில் *ஜனசக்தி* (4 டிசம்பர் 1963)யில் முதல் பக்கத்தில் பின்வரும் அறிவிப்பு வந்தது.

"*சமரன்* பத்திரிகையில் வெளிவரும் கட்டுரைகள், விமர்சனங்கள் கம்யூனிஸ்டுக் கட்சியைச் சீர்குலைக்கும் நோக்கத் துடன் உள்கட்சி நிலைமைகளைத் தன்னிஷ்டம் போல் திரித்துக் கூறிக் கட்சி அணிகளையும் பொதுமக்களையும் குழப்புவதால் கட்சி அங்கத்தினர்களோ கட்சிமீது விசுவாசமுள்ள ஆதரவாளர்களோ இந்தப் பத்திரிகைக்கு எழுதுவதன் மூலமோ வேறு எந்த வகையிலோ ஆதரவு அளிக்கக் கூடாது என்று மாகாணக் கவுன்சில் கேட்டுக்கொள்கிறது" ('திரும்பிப் பார்க்கிறேன்', ப. 128). இவ்வறிவிப்பிற்கு விஜயபாஸ்கரனின் எதிர்வினை எப்படி இருப்பினும் *சமரனின்* விற்பனை சரிந்து பிறகு நின்றும்போனது.

கட்சியின் ஆதரவின்மையால் நின்ற *விடிவெள்ளிக்கும் சமரனுக்கும்* இடையில் நடந்த *சரஸ்வதியின்* தோல்விக்கும் கட்சியே காரணமாகிவிட்டது. *விடிவெள்ளிக்குப்* போட்டியாக உலக அரசியல் போல், *சரஸ்வதிக்குப்* போட்டியாகத் *தாமரை* கட்சியிலிருந்து தொடங்கப்பட்டது. ஆம் தாமரை பூத்த தடாகம் சரஸ்வதிதான். *தாமரை* தொடங்கியதும் ஜனசக்தி அச்சகத்தில் கட்சி பத்திரிகைக்கு முதலிடம் கொடுத்து *சரஸ்வதியின்* தயாரிப்பில் சுணக்கம் காட்டினர் என்று பிரச்சினையின் தொடக்கத்தைக் கோடிகாட்டி உள்ளார் விஜயபாஸ்கரன். தாக்குப் பிடிக்க முடியாமல் சரிந்துபோனாள் சரஸ்வதி.

சரஸ்வதி உட்படத் தன் அனைத்து முயற்சிகளின் தோல்விக் கும் கட்சித் தலைமையே காரணம் (குறிப்பாக ஜீவா) என விஜயபாஸ்கரன் தன் வாழ்க்கை வரலாற்றில் மனம் கசந்து பதிவுசெய்துள்ளார். அவரை நன்கறிந்த பலரும் அதை உறுதி செய்கிறார்கள்.

"சரஸ்வதியின் வளர்ச்சிக்கு ஊறு செய்யக்கூடிய விதத்தில் ஜீவானந்தம் கட்சியிலிருந்து *தாமரை* என்னும் பெயரில் ஒரு இலக்கியப் பத்திரிகையைத் தொடங்கினார்" ('*திரும்பிப் பார்க்கிறேன்*', ப.40) என்பது வல்லிக்கண்ணனின் தகவல். "கட்சியின் ஒத்துழைப்பு இல்லாததால் அதையும் [*சரஸ்வதியின் ஆசிரியப் பொறுப்பையும்*] கைவிட்டுச் சோவியத் நாடு பத்திரிகையின் ஆசிரியர் பொறுப்பேற்று கிட்டத்தட்ட 20 ஆண்டுகள் பணியாற்றினார்" ('*திரும்பிப் பார்க்கிறேன்*', ப.17) என்பது ஜெயகாந்தனின் குறிப்புணர்த்தல். "தோழர் ஜீவா அன்றைய அரசியல் நிர்ப்பந்தங்களாலும், கூட்டுத் தலைமையின் முடிவுகளுக்குக் கட்டுப்பட வேண்டிய அவசியத்தாலும் அவற்றை அமல்படுத்த வேண்டிய கடமைப் பொறுப்பாலும் *சரஸ்வதி விஷயத்தில் கடுமையாக நடந்துகொண்டார் என்று யூகிக்க முடிகிறது*" ('*திரும்பிப் பார்க்கிறேன்*', ப. 16) என்பது தி.க. சிவசங்கரனின் சமாதானம்.

விஜயபாஸ்கரனின் நெருங்கிய நண்பர்களே இப்படித்தான் இவ்விஷயத்தைப் பற்றி முணுமுணுக்கவும் சமாதானம் செய்து கொள்ளவுமே சாத்தியமாகின்றது. இன்றைய பத்திரிகையாளனுக்கு விஜயபாஸ்கரனின் அறத்தினால் வீழ்ந்த வாழ்வு கற்பிக்கும் பாடங்கள் பல.

விஜயபாஸ்கரனும் ஒரு மதிப்பார்ந்த ஆசிரியர் குழு மூலம் இத்தகைய எதிர்ப்பை இராஜதந்திரமாகச் சமாளிக்க முயன்றார். இதழ் தொடங்கி நான்கு வருடம் கழித்து யாராவது ஆசிரியர் குழு அமைப்பார்களா? அமைத்தார் விஜயபாஸ்கரன். எஸ். இராமகிருஷ்ணன், தொ.மு.சி. ரகுநாதன், சுந்தர ராமசாமி, ஆர்.கே. கண்ணன், விஜயபாஸ்கரன் ஆகியோர் கொண்டது அக்குழு. கட்சி நலனில் ஆர்வமும், கம்யூனிச கொள்கையில் தீவிர ஈடுபாடும் கொண்ட அந்த ஐவர் குழுவால் பயன் ஏதும் விளையவில்லை ('*சரஸ்வதி காலம்*', ப. 126).

சரஸ்வதியை நிலைநிறுத்த இப்படிப் பல முயற்சிகள் செய்தார் விஜயபாஸ்கரன். எனினும் எதுவும் பயன் தரவில்லை. சரஸ்வதி நின்றுவிட்டது. நின்றுவிட்டது என்று எழுதக்கூட அவரது மனமும் கையும் இசையவில்லை. பிறகு ஒருநாள் தொடரலாம் என்றுதான் நம்பினார். அந்த ஒருநாள் வரவில்லை.

காலச்சுவடு, ஏப்ரல் 2011

மா.சு. சம்பந்தன்

'தொடர்பன்!'

சென்னை வாழ் எழுத்தாளர் மா.சு. சம்பந்தன் (1923), சென்னையில் காணாமல் போய்விட்ட செய்தி சென்னைவாசியான எனக்கு நவம்பர் முதல் வாரம்தான் தெரிந்தது. செப்டம்பர் 25ஆம் தேதி பெரியார் திடல் கூட்டம் ஒன்றுக்குப் போனவர் வீடு திரும்பவில்லை. குறுகிய வட்டத்திற்குள் இது பரவி எனக்குச் சேர இவ்வளவு காலம் ஆகி இருக்கிறது.

சம்பந்தன் எதைப் பற்றியும் எழுதும் எழுத்தாளர் அல்ல. பதிப்புத் துறைசார்ந்த எழுத்துகளில் மட்டும் கவனம் பதித்தவர். தமிழ்நாட்டரசின் திரு.வி.க. விருதோடு (1997) பபாசி (2008), தினந்தந்தி (2009) வழங்கிய 'சிறந்த தமிழ் எழுத்தாளர் விருது'களையும் பெற்றவர். வாழ்வின் தொடக்கம் முதல் அரசியலில் குறிப்பாகத் 'திராவிட இயக்க ஈடுபாடு' கொண்டவராக விளங்கினார். மாநகராட்சி உறுப்பினராகவும் சில காலம் (1959–69) பணியாற்றினார். சென்னைப் பல்கலைக்கழக சென்ட் உறுப்பினராகக்கூட இருந்தார். பிறகு முழுநேர எழுத்தாளராகிப் பதிப்புத் துறையில் ஈடுபட்டார்.

சம்பந்தன் பத்து நூல்களை எழுதியுள்ளார். 'சிறந்த பேச்சாளர்கள்' (1947), 'திருச்சி விசுவநாதம்' (1949), 'சென்னை மாநகர்' (1949), 'அச்சுக் கலை' (1959), 'அச்சும் பதிப்பும்' (1980), 'எழுத்தும் அச்சும்' (1981), 'தமிழ் இதழியல் வரலாறு' (1989) 'தமிழ் இதழியல் சுவடுகள்' (1990), 'தமிழ் இதழியல் களஞ்சியம்' (1990), 'தொடர்பன் கட்டுரைகள்' (1998) ஆகியவை அவை. 'தொடர்பன்' அவரது புனைபெயர்.

தொடக்கத்தில் அரசியலில் இயங்கியதையும் பிறகு அச்சுத் துறையில் மூழ்கிவிட்டதையும் சொல்லிக்கொண்டு நிற்கின்றன சம்பந்தனின் நூற்பட்டியல். அச்சுத் துறையில் ஈடுபட்ட பிறகு, எப்போதும் அதைக் குறித்தே கவனமாக இருந்தார். அதன் தொடர்பில்தான் 1980களின் இடைப்பகுதியில் மறைமலை அடிகள் நூலகத்தில் அவரை முதன்முதலாகப் பார்த்தேன். வேட்பாளர் என்ற சொல்லையும் திரு/திருமதி என்பதையும் அறிமுகப்படுத்தி, பெரு வழக்கிற்குக் கொண்டு வந்தவர் என அப்போது யாரோ அவரை அறிமுகப்படுத்தினார்கள்.

அப்போது மறைமலையடிகள் நூலகம் மண்ணடியில் இயங்கியது. சம்பந்தன் அப்பகுதியில் வசித்தார். அவரையும் நண்பர் ஜெயராமனையும் நூலகம் வரும் எவருக்கும் தெரியாமல் இருக்காது. எல்லாத் தமிழ்க் கூட்டங்களிலும் பல்கலைக்கழகக் கருத்தரங்குகளிலும் பார்வையாளராக அலுக்காமல் கலந்து கொண்டவர் இவராகவே இருப்பார். சிலரைக் கேள்வி களால் துளைத்து எடுத்ததும் உண்டு. மற்றபடி பரம சாது. *காலச்சுவடு* 2006ஆம் ஆண்டு புத்தக விற்பனை நிலையத்தைச் சென்னையில் தொடங்கியபோது அதைத் தொடங்கிவைத்தவர் சம்பந்தன்தான்.

அமைதியான ஆராய்ச்சியாளராக இயங்கிய சம்பந்தன் வரலாற்றில்தான் காணாமல்போவார் என்று கருதியிருந்தேன். இப்படி வாழ்க்கையில் காணாமல்போவார் என்று நினைக்கவில்லை. ஒருமுறை யதி சொன்னதாகப் பாவண்ணன் என்னிடம் கூறியது நினைவுக்கு வருகிறது. "தங்களை நோக்கி நீளுகிற கையை இந்தியர் எவரும் உதாசீனப்படுத்துவதில்லை." எந்தச் சூழ்நிலையில் இவ்வாக்கியம் சொல்லப்பட்டிருந்தாலும் அதன் ஜீவ ஒளி என்னைத் தாக்குகிறது. நான் நம்புகிறேன். சம்பந்தனை யாரோ முகம் தெரியாத நபர் போஷித்துக்கொண்டிருக்கிறார். அவர் யார் என்று நமக்குத் தெரியவில்லை அவ்வளவுதான். சென்னையில் 12 கி.மீ. இடைவெளியில் காணாமல்போன சக துறைசார்ந்த ஒருவரைப் பற்றிய செய்தி இயங்கிக்கொண்டிருக்கிற என்னைச் சேரவே 45 நாள்கள் ஆகியிருக்கின்றன! அவர் வந்துவிடுவார். சில காலம் ஆகலாம். இன்னொரு பல்கலைக்கழகக் கருத்தரங்கில் பார்வையாளராக அவரை நான் பார்ப்பேன்.

ஆ. மாதவனின் *சாத்தானின் திருவசனம்* கதை படித்திருக் கிறீர்களா? அதில் பேப்பர் போடும் நாணு நாயரின் 18 வயது மகன் காணாமல்போய்விடுகிறான். தேடாத இடம் இல்லை. வருடங்கள்கூடக் கரைகின்றன. சாமியாரிடம் குறிகேட்கிறார்கள். ஒரு சாமியார், நின்று எரியும் திருவிளக்கின் ஒளியில் இமைக்கா மல் பார்க்கச் சொல்கிறார். பார்க்கிறார் நாணு நாயர். பையன்

தெரியவில்லை. 'அப்படியானால் அவன் இல்லை. போய் விட்டான்' என்று முடிவாகச் சொல்லிவிடுகிறார் சாமியார். தேடிய கவலை தீர்ந்த மனநிலையில் திரும்பிவருகிறார் நாணு நாயர் துணைக்கு வந்த கதாசிரியருடன். வழியில் சாப்பிட உட்காரும் ஹோட்டலில் முதலாளியாக, மேசை முன்னால் வந்து நிற்கிறான் மகன். "கோ... பா... ல... ன்... நெகிழ்ந்து குரல் எடுக்கிறார் நாணு நாயர்.

"அட... சம்பந்தம் சார்..." என்று நானும் கூவுவேன். அந்த நேரம் வரும்.

காலச்சுவடு, **டிசம்பர் 2011**

ரா.அ. பத்மநாபன் (1917–2014)

பயனுறு வாழ்க்கை

பாரதி ஆய்வாளர் ரா.அ. பத்மநாபன் என்கிற ராமஸ்வாமி அனந்த பத்மநாபன் 27 ஜனவரி 2014 அன்று தம் 96ஆம் வயதில் நம்மிடமிருந்து விடைபெற்றுக்கொண்டார். தமிழ் மனத்தில் நிலவும் பாரதி பற்றிய மதிப்புறு பிம்பத்தை உருவாக்கியவர் வ.ரா. என்றால் அந்தப் பிம்பத்திற்கு ஆதார வலு சேர்த்தவர் ரா.அ. பத்மநாபன். வ.ராவாவது பாரதியுடன் பழகியவர். ஆனால் ரா.அ.ப. அவரைப் பார்த்ததுகூட இல்லை. பாரதி மறைந்தபோது பால்குடி மறந்திராத நான்கு வயது அவருக்கு.

பாரதி ஆய்வின் முன்னோடி, தேசிய தலைவர்களின் வாழ்க்கையை எழுதிய வரலாற்றாளர், இருமொழிகளில் எழுதிய பத்திரிகையாளர், ஒலிபரப்பாளர் என்பன ரா.அ. பத்மநாபன் என்ற ஆளுமையின் சித்திரத்தை உருவாக்கும் கோடுகள்.

ரா.அ. பத்மநாபன் பத்திரிகைத் துறையில் 1933இல் தன் 16ஆம் வயதிலேயே நுழைந்துவிட்டார். *ஆனந்த விகடன்* (1933), *ஜெயபாரதி* (1936–37), *ஹனுமான்* (1937), *ஹிந்துஸ்தான்* (1938), *தினமணி கதிர்* (1965–66) ஆகிய இதழ்களில் கடமையாற்றினார். திருச்சி, அகில இந்திய வானொலியில் (1939) சேர்ந்து பின்னர் தில்லி வானொலியின் அயல்நாட்டுச் சேவைப் பிரிவிற்கு மாறினார். தன் அலுவல் வாழ்வின் நிறைவாக அமெரிக்க தூதரகத்தின் சென்னை செய்திப் பிரிவில் பணியாற்றி ஓய்வு பெற்றார். ஒரு காலத்தில் வருமானவரி கட்டக்கூடிய அளவில் ஓய்வூதியம் பெற்றவர் அவர். இன்னும் நான்காண்டுகள் வாழ்ந்திருந்தால் சதம் அடித்து

ஆண்டு கணக்கிலும் நிறைவாழ்வு வாழ்ந்த முதல் தமிழ் எழுத்தாளராகியிருப்பார்.

சாலக்குடி, சென்னை, திருச்சி, தில்லி, சென்னை, விழுப்புரம், சென்னை என்று வரிசையில் பல ஊர்களில் வசித்திருந்தாலும் பத்மநாபன் என்றதும் விழுப்புரத்தில் வாழ்ந்த எழுத்தாளர் என்ற அடையாளமே மனத்தில் வந்து நிற்கிறது. பாரதி நிலையம் 40, ஏ, சந்தான பஜனை கோவில் தெரு, விழுப்புரம் என்பது, என்னொத்த ஆய்வாளர்களுக்கு மனப்பாடமாகிவிட்ட ரா.அ.ப.வின் முகவரி. 1984 முதல் அவரை நான் அறிவேன். என் வ.ரா. ஆராய்ச்சியின் விளைவாய்க் கிடைத்த பழம் ஆளுமைத் தொடர்புகளுள் சிட்டிக்கு அடுத்து இவரையே பெரிதாய் மதிக்கிறேன்.

பத்திரிகையாளராக ரா.அ. பத்மநாபன் பல்லாண்டுகள் செயல்பட்டிருந்தாலும் சில இதழ்களைப் பற்றிச் சுருக்க வரலாறு களை எழுதியிருந்தாலும் பாரதி ஆய்வாளராகவே வரலாறு அவரைப் பதிவு செய்துகொள்ளும். பாரதி பற்றிய தேடலை ரா.அ.ப. 1937இல் தன் இருபதாவது வயதில் தொடங்கினார். ஜெயபாரதியில் பணியாற்றியபோது உடன் பணியாற்றிய வேங்கட ஆரியா மூலம் கிடைத்த ‘இந்தியா’ இதழ்களிலிருந்துதான் அவரது பாரதி வேட்டை எதிர்பாராமல் தொடங்கியது. விசையுற்ற பந்தினைப் போல அப்போது தொடங்கிய பாரதி பணி தேடலாகவும் நூல் வெளியீடாகவும், விவாதங்களாகவும் 1990வரை தொடர்ந்தது. ஆக அரை நூற்றாண்டுக்கும் மேலாக இருந்தது பாரதி தேடலுக்கு அவர் செலுத்திய உழைப்பு.

1934இல் ஆனந்த விகடனில் உதவியாசிரியராக இருந்தபோது, எஸ்.ஆர். சுப்ரமணியம் கொண்டு வந்து கொடுத்த பாரதி புகைப்படம்தான் தன்னிடம் வந்து சேர்ந்த முதல் பாரதி சின்னம் என்று எழுதியுள்ளார் ரா.அ. பத்மநாபன். 1953 செப்டம்பரில் பாரதியார் சங்கம், சென்னை, இந்தி பிரசார சபைக் கட்டடத்தில் நடத்திய பாரதி விழாவில், பாரதி தொடர்பான பொருட்களைக் காட்சிப்படுத்தினார். 1953 சென்னை காங்கிரஸ் மாநாட்டிலும் பொருட்காட்சியை மீண்டும் நடத்தினார்.

பாரதி தேடலில் ரா.அ. பத்மநாபன் தான் கண்ட எழுத்து களைக் கிடைக்க, கிடைக்கத் தொடர்ந்து நூல்களாக்கி வந்தார். ‘சித்திர பாரதி’ (1957), ‘பாரதி புதையல் தொகுதிகள்’ (1957, 1958, 1976), ‘பாரதி புதையல் பெருந்திரட்டு’ (1982), ‘பாரதியின் கடிதங்கள்’ (1982), ‘பாரதியைப் பற்றி நண்பர்கள்’ (1982), ‘பாரதி கவி நயம்’ (1982), ‘பாரதியார் மொழிபெயர்த்த தாகூர் கதைகள்’ (1958) ஆகியவை அவரது நூல்கள். அவற்றுள் ‘சித்திர பாரதி’

ஆ.இரா. வேங்கடாசலபதியின் வார்த்தைகளில் சொல்வதானால் ‘சுடர் விடும் மகுடம்’.

‘1957இல் வெளிவந்த ‘சித்திர பாரதி’, 220 ஆதார பூர்வமான அரிய படங்களுடன் அமைந்த பாரதியின் வாழ்க்கை வரலாறு. பாரதி நூற்றாண்டில் இரண்டாம் பதிப்பும் 2006இல் மூன்றாம் பதிப்பும் வெளிவந்தன. ‘முதல் பதிப்பு லெட்டர் பிரஸ் என்ற முறையில் அச்செழுத்துக்களும், ஸ்கிரீன் பிளாக்குகளுமாக எழுத்துப் பக்கங்கள் சாதா வெள்ளைத் தாளிலும், படப் பக்கங்கள் உயர்ந்த ஆர்ட் தாளிலும் அச்சிடப் பெற்றது. இரண்டாம் பதிப்பில் ஆஃப்செட் அச்சுமுறை கையாளப்பட்டது. இதில் பிளக்குகள் கிடையாது. படங்களும் எழுத்துகளும் ஒரே நெகடிவாக எடுத்து அச்சிடப்பட்டது. மூன்றாம் பதிப்பு ஸ்கானிங் முறையில் நடைபெற்றது’ – இப்படி ரா.அ. பத்மநாபன் மூன்றாம் பதிப்பு முன்னுரையில் எழுதும்போது சித்திர பாரதியின் வரலாற்றை மட்டுமல்ல தமிழ்நாட்டு அச்சுத் தொழில் வளர்ச்சியையும் பதிவு செய்வதைக் கவனிக்கலாம். தான் இயங்கும் துறையில் நேர்ந்துள்ள மாற்றங்களைக் கூர்ந்து கவனிக்கும் அவரது நுண்ணறிவு இதில் வெளிப்படுகிறது.

‘சித்திர பாரதி’ (1957) நூலுக்குப் பயன்படுத்திய மொத்தப் படங்களையும் 2006வரை 50 ஆண்டுகள் காத்துவந்ததை எப்படிப் புரிந்துகொள்வது? தேடத் தொடங்கிய காலத்திலிருந்து கணக்கிட்டால் 70 ஆண்டுகள். கதைகளில் படித்த பூதம் காக்கும் செல்வத்தைப் போலச் சேதாரம் இல்லாமல் அவற்றைப் பேணி வந்தார் என்பது மலைப்பைத் தரும், அரிய செயல். பாரதி குறித்த சில அரிய ஆவணங்களைப் புதுவை பாரதியார் நினைவில்லத்திற்கு அளித்ததை, புதுவை செங்கமலத் தாயார் என்னிடம் ஒருமுறை மகிழ்வுடன் தெரிவித்தார்.

ஒவ்வொரு வரலாற்றாய்வாளனும் தரவுகளைச் சேகரிக்கவும் பாதுகாக்கவும் வேண்டும் என்பார் ரா.அ. பத்மநாபன். சரியான வரலாற்று எழுதியலுக்கு அடிப்படையான தரவுகளின் தேவையைத் தொடர்ந்து வலியுறுத்தி வந்த ரா.அ.ப. ஒவ்வொரு ஆய்வாளனும் ஒரே ஒரு நாளிதழைப் பாதுகாத்து வைத்தால்கூடப் போதும், நவீனத் தமிழ்நாட்டு வரலாற்றைச் சரியாக எழுதிவிட முடியும் என்பார். சிரமப்பட்டால் சேகரிக்கக்கூட முடியும். ஆனால் பாதுகாக்க யாரால் இயல்கிறது. ஆனால் அவரால் முடிந்தது.

ரா.அ. பத்மநாபன் தன் பாரதி தேடலில் கிடைத்த எழுத்துகளைப் பாரதி புதையல் என்னும் பெயரில் 1958, 1958, 1976ஆம் ஆண்டுகளில் மூன்று நூல்களாக முதலில்

வெளியிட்டார். பின்பு இந்த மூன்று நூல்களையும், 1976ஆம் ஆண்டுக்குப் பிறகு கண்டுபிடித்த எழுத்துகளையும் சேர்த்து 1982இல் (பாரதி நூற்றாண்டு) 'பாரதி புதையல் பெருந்திரட்டு' என்ற பெயரில் பெரிய தொகுதியாக ஆக்கினார். அறிஞர் பலர் எழுதிய பாரதியின் கவிதைக்கான விமர்சனங்களைத் தாங்கி வந்தது 'பாரதியார் கவி நயம்' (1982) என்ற அவரது இன்னொரு நூல். சுவாமி விபுலானந்தா, ரா.ஸ்ரீ. தேசிகன், மணிக்கொடி கு.டி. ஸ்ரீனிவாசன் உள்ளிட்ட 34 பேரின் பதிவுகளைக் கொண்டது அது. அதே ஆண்டில் வெளிவந்த 'பாரதியைப் பற்றி நண்பர்கள்' என்ற நூற்பொருளும் அபூர்வமானது. எஸ்.ஜி. இராமாநுஜலு நாயுடு, வ.உ.சி., குவளை கிருஷ்ணமாச்சாரி, வயி.சு. சண்முகன், எஸ். வையாபுரிப் பிள்ளை உள்ளிட்ட 35 அரிய ஆளுமைகள் இளமை முதல் இறுதி நாள்வரையிலான காலத்தில் தாங்கள் பழகிய பாரதியை அதில் பதிவு செய்திருந்தனர். 'பாரதியார் மொழிபெயர்த்த தாகூரின் கதைகள்' (1958), 'பாரதியின் கடிதங்கள்' (1982) ஆகிய பல முன்னோடி நூல்களும் ரா.அ.ப.வின் கொடைகள். பாரதியின் ஆய்வில் முனைந்து ஈடுபட்டுவரும் பலரால் இன்றைக்குப் பாரதியின் 80 சதவீத எழுத்துகள் காலவரிசையிலேயே தொகுக்கப்பட்டுவிட்டன. என்றாலும் ரா.அ. பத்மநாபனின் முன்னோடி முயற்சி முக்கியமானது. அவரது முயற்சியால் காலவெள்ளத்தில் கரைந்து போகவிருந்த பல பாரதி எழுத்துகள் கரைசேர்ந்தன. அவற்றுள் இந்தியா இதழ்கள் சில, பாதி கிழிந்த தாளில் 'சந்திரிகையின் கதை', 'ஓலைத் தூக்கு' ஆகியன குறிப்பிடத்தக்கவை என்கிறார் சலபதி. அது உண்மைதான்.

தமிழிலும் ஆங்கிலத்திலும் பாரதியின் முழுப் பெயரை நாம் கைபோன போக்கில் எழுதுகிறோம். சி. சுப்பிரமணிய பாரதி என்றும் *C. Subramania Bharati* என்றும் பாரதி கையொப்பம் இட்டார். இதை எடுத்துக்காட்டி, பாரதியின் பெயரைப் பாரதி எழுதியது போலவே நாமும் எழுத வேண்டும் என்று ஒரு சமயம் வேண்டினார் ரா.அ. பத்மநாபன். பாரதி பணியில் அவர் செய்தவற்றுள், பேருக்கு ஒரு சான்று இது. இதுபோலப் பல செய்தார் அவர்.

பாரதி ஆய்வுக்கான அடிப்படைகளை உருவாக்கிய பெ. தூரன் உள்ளிட்ட பலருள் முதல் வரிசையைச் சேர்ந்தவர் என்பதாக ரா.அ. பத்மநாபனை விவரித்துச் சொல்லலாம். பாரதி பற்றிய கருத்தியல் விமர்சனம் முதலான ஆழங்களை நோக்கிய ஆய்வுகளுக்கான தரவுகளைத் தேடித் தொகுத்துத் தந்தவர் என்பதுதான் இதன் பொருள். ஆய்வாளராகவும் வரலாற்றாளராகவும் தன் வாழ்வைப் பாரதிக்கு ஒப்புக்

கொடுத்தவர் ரா.அ. பத்மநாபன். பாரதியாரின் மனைவி, மகள்கள், தம்பி உள்பட பாரதி தவிர்த்துப் பாரதி குடும்பம் முழுவதையும் கண்ணால் பார்த்த கடைசி எழுத்தாளுமை ரா.அ. பத்மநாபன். தமிழ்ச்சமூகம் 2003ஆம் ஆண்டு தமிழக அரசின் பாரதி விருதை அவருக்கு அளித்து நன்றி தெரிவித்தது. காலச்சுவடு இதழ் குடியரசுத் தலைவர் கலந்துகொண்ட அதன் ஒரு விழாவில் அவரைக் கௌரவித்து மகிழ்ந்தது. சென்னை தமிழ் எழுத்தாளர் சங்கம் 1954ஆம் ஆண்டிலேயே அதாவது சித்திர பாரதி வெளிவருவதற்கு முன்பே அவரது பாரதி முயற்சிகளை முன்னுணர்ந்து தங்கப் பதக்கம் வழங்கி கண்டுகொண்டிருந்தது.

பாரதி தேடல்கள் போக, எழுத்தாளர் ரா.அ. பத்மநாபனின் விருப்பங்கள் பாரதி கால தேசியவாதிகள் பற்றியனவாக இருந்தன. குறிப்பாக 1905இல் நடந்த வங்கப் பிரிவினையால் உருவான சுதேசி இயக்க விளைவுகளில் மையம் கொண்டன எனலாம். வ.உ.சி., சுப்பிரமணிய சிவா போன்றோரின் வாழ்க்கை வரலாறுகளை எழுதியுள்ளார் எனினும் புரட்சி வீரர் நீலகண்ட பிரம்மச்சாரி (1978), வ.வே.ஸு. ஐயர் (1982) ஆகியன முக்கியமானவை.

அரவிந்தர், பாரதி, வ.வே.சு. ஐயர் ஆகியோருடன் பழகிய, ஆஷ் கொலை வழக்கில் சிக்குண்டு ஆயுள் தண்டனை அனுபவித்த நீலகண்ட பிரம்மச்சாரியின் வாழ்க்கையை விரிவாக எழுதியவர் ரா.அ. பத்மநாபன். புரட்சிகரமாகத் தொடங்கி ஆன்மிகமாக முடிந்தது அந்த வாழ்க்கை. அல்லூரி சீதாராம ராஜுவின் வீர வாழ்க்கையோடு நீலகண்ட பிரம்மச்சாரியினுடையதை ரா.அ.ப ஒப்பிடுவது சற்று மிகையாகத் தோன்றினாலும் நூல் தாங்கியுள்ள செய்திகள் பலவற்றின் மெய்ம்மையில் சந்தேகம் இல்லை.

வ.வே.சு. ஐயரின் நூற்றாண்டில் தேசிய புத்தக நிறுவனம் ஆங்கிலம், தமிழ், மராத்தி மொழிகளில் வெளியிட்ட வ.வே.ஸு ஐயர் நூல் ரா.அ. பத்மநாபனின் பாரதி தவிர்த்த நூல்களுள் தலையாயது. ஆதாரத்தோடு எழுதும் அவரது எழுத்துமுறைக்கான சான்று. அவரது கருத்துகளை நாம் ஏற்காமல் இருக்கலாம். நானும்கூட மறுத்திருக்கிறேன். ஆனால் அவர் எழுதும் எழுத்து ஒவ்வொன்றும் ஆதாரத்தின் மீது எழுப்பப் படுவதாகும். அந்நூலுக்கான ஆதாரங்கள் தி இந்து (ஆங்கிலம்), சுதேசமித்திரன் இதழ்கள். அவர் அதை நூலில் ஆங்காங்கே குறிப்பிடாமலிருக்கலாம். அதுவேறு. சாமி சிதம்பரனார், மயிலை சீனி வேங்கடசாமி, மு. அருணாசலம் போன்றோர் வரிசையில், தமிழ்நாட்டின் முக்கிய ஆய்வுகள் கல்வித்துறைக்கு வெளியிலேயே நிகழ்த்தப்படுவதன் காரணங்கள் ஆராயப்பட வேண்டும்.

பத்திரிகைத் துறையில் தன் இளமைக் காலத்தில் நன்கு பயிற்சி பெற்றவர் ரா.அ. பத்மநாபன். *ஆனந்த விகடனில்* கல்கி, துமிலன், தேவன், றாலி ஆகியோர் உடன் பணியாற்றினர். *ஜெயபாரதியில்* வேங்கட ஆரியா, கி. சடகோபன் ஆகியோர் தோழர்கள். *ஹிந்துஸ்தானில்* ஈ.ஆர். கோவிந்தன், ரா. நாராயண ஐயங்கார் வழிகாட்டுநர்கள். அவரது பத்திரிகைத் தொடர்பைக் காட்ட அவர் விட்டுச் சென்ற சான்று, அவர் மகன் ஒப்பிலியும் (*தி இந்து*, ஆங்கிலம்), தமிழ்ப் பத்திரிகை வரலாற்றைக் கூறும் தமிழ் இதழ்கள் (1915 – 1966) என்ற 160 பக்க நூலும். *சுதேசமித்திரன்* முதல் *ஹிந்துஸ்தான்* ஈறாக 14 இதழ்கள் பற்றிய தகவல்களை அவரது அனுபவத்தின் சுவையுடன் அந்நூல் தருகிறது. 2003இல் *காலச்சுவடு* அதை வெளியிட்டது. *குமரிமலர்* இதழில் 1977 மே முதல் 1982 மார்ச் வரை இடைவெளிகளுடன் தொடராக வெளிவந்தவை அந்நூல் கட்டுரைகள். தவிர வேறு மலர் மற்றும் தொகுப்புகளில் எழுதப்பட்டவையும் அதில் உண்டு.

1930களில் உருவான எழுத்தாளர்களுள் அல்புனைவில் கவனம் செலுத்தியவராக ரா.அ. பத்மநாபன் தனித்து நின்றார். கு.ப.ரா., பி.எஸ். ராமையா, சி.சு. செல்லப்பா ஆகியோருடன் நட்பும் உறவும் இருப்பினும் ரா.அ.ப. புனைவில் கவனம் செலுத்தவில்லை. *ஹிந்துஸ்தான்* இதழில் ‘மனோஹர்’ என்ற புனைபெயரில் சில சிறுகதைகள் எழுதினார். வானொலியில் ஒலித்த ‘துபாஷ் வீடு’ தொடரில் சில பகுதிகளை எழுதியதாகத் தெரிகிறது. அவ்வளவுதான்.

தில்லியில் வாழ்ந்த காலத்தில் (1940களின் இறுதியில்) தில்லி தமிழ்ச் சங்கம் நடத்திய *சுடர்* கையெழுத்துப் பத்திரிகையில் ரா.அ. பத்மநாபனின் முத்து முத்தான கையெழுத்தைப் பல காலத்துக்குப் பிறகும் ந.சி. கமலையா நினைவுகூர்ந்துள்ளார் (நமது பண்பாடு, 1972). கையெழுத்தைப் போலவே ரா.அ.ப.வின் நடையும் தெளிவானது. ஆங்கில நடையின் தாக்கமும் சமஸ்கிருத சொற்களும் அவரது எழுத்தில் இருந்தன. வ.வே.ஸு. ஐயர் என்றே அவர் எழுதுவார். நீலகண்ட பிரம்மச்சாரியைத் தன்னலம் பேணாத ‘மஹநீயர்’ என்பார். வடமொழியை உதறிவிட்டுத் தமிழ் மறுமலர்ச்சி அடைந்துவிட்ட காலத்திலும் இப்படி எழுதுவதில் ரா.அ.ப.வுக்குச் சிறிதும் தயக்கமில்லை. தொனியைப் பொறுத்தவரை நீலகண்ட பிரம்மச்சாரி நூலில் இடையிடையே பொங்கிப் பெருகிய கோபம், வ.வே.சு. ஐயர் நூலில் வடிந்துவிட்டது. பாரதி நூல்களில் அது நிதானத்தின் எல்லைக்கே வந்துவிட்டது எனலாம்.

பாரதி ஆய்வுகள் – சில சிக்கல்கள் நூலில் ரா.அ. பத்மநாபனின் ஆய்வு அணுகுமுறைகள் குறித்து மற்றொரு முக்கியப் பாரதி ஆய்வாளர் சில கேள்விகளை எழுப்பினார். அவை பற்றி நசையறு மனத்துடன் விவாதங்கள் பெரிதாகத் தமிழ்ச் சூழலில் எழவில்லை. கட்டாயம் பேசித் தீர வேண்டியனவாக அவை இருப்பினும், அஞ்சலி சமயத்தில் அவற்றைப் பேச வேண்டாம். பின்புமொரு முறை விவாதிக்கலாம்.

முதன்மை ஆதாரங்களாக அமைந்த தகவல்களைத் தேடித் தொகுத்துக்கொண்டு, தமக்கான பார்வையை வரித்துக்கொண்டு கதைபோல வரலாற்றைச் சொல்லும் முறையை ரா.அ. பத்மநாபன் தன் எழுத்தில் கையாண்டார். ஆதார வலுக்கொண்டு எழுதும் இப்படிப்பட்ட எழுத்தாளர்கள் தமிழில் குறைந்துகொண்டே போகிறார்கள். 'அதைப் பெருக்குங்கள்' என்பதுதான் பாரதி ஆய்வு முன்னோடியாகவும் வரலாற்றாளராகவும் மலர்ந்த எழுத்தாளர், பத்திரிகையாளர் ரா.அ. பத்மநாபன் என்ற அடக்கமாக வாழ்ந்து சென்ற ஆளுமை நமக்கு விட்டுச் செல்லும் செய்தி.

அமுதசுரபி, ஜூலை 2014

இரா. இளவரசு (12.06.1939–22.01.2015)

இரந்து பின்னிற்காத அறிஞர்

தமிழ்ப் பேராசிரியர் இரா. இளவரசு காலமாகிவிட்டார். அறிஞர், செயற்பாட்டாளர், பாரதிதாசன் இலக்கியத்தின் நிபுணர், தனித்தமிழ் நோக்கினர் எனக் கல்வியுலகில் அறியப் பெற்றவர். பாவேந்தரின் 125ஆம் பிறந்தநாள் நெருங்கிவரும் சமயத்திலும், தனித்தமிழ் இயக்கத்திற்கு நூற்றாண்டு அண்மிக்கும் வேளையிலும் பேராசிரியரின் இழப்பு நேர்ந்திருக்கிறது. இதனால் இவ்விரு கொண்டாட்டங்களின் பெறுமதிகள் சற்று குறையும்.

இளவரசுவின் மரணச் செய்தியைத் தொலை பேசியில் அறிந்த அடுத்த சில நிமிடங்களில் கண்ணில் பட்ட ஒரு இளம் தமிழ் விரிவுரையாளரிடம் 'இளவரசு போய்விட்டாராம் தம்பி' என்றேன். அப்படியா என்று கேட்ட அவர், அவசரமாய் நகர்ந்து விட்டார். மாலையில் மீண்டும் எதிர்ப்பட்ட அவர், என்னிடம் 'இளவரசு என்று நீங்கள் சொன்னது நடிகர் இளவரசுவையா' என்றார். அதிர்ச்சியில் ஆடிப்போய் பதில் சொல்லாமல் கடந்துவிட்டேன். தி இந்து தமிழ்ப் பத்திரிகைக்குச் செய்தி சொல்லியிருந்தேன். இணையத்தில் கிடைக்கவில்லை என்று ஐயாவின் படம் கேட்டார்கள். அனுப்புகிறேன் என்றவன் இரவு வீட்டுக்கு வந்து இணையத்தில் தேடினேன். இளவரசு என்று அடித்ததும் நடிகர் இளவரசு படம்தான் வந்தது. சினிமாவும் அரசியலும் ஆட்சி செய்யும் பூமியில் அறிவு மற்றும் கல்வி உலக ஆளுமைகள் ரகசிய சஞ்சாரிகளாகத்தான் இருக்க முடியும். நூற் பயிற்சியோ, சமூகத் தொடர்போ, இயக்கங்கள் பற்றிய அறிமுகமோ இல்லாத தலைமுறைக்கு இளவரசுவைத் தெரியாமல்தான் போகும்.

மறைமலை அடிகள், பாரதிதாசன், பாவாணர் ஆகியோரின் கருத்தியல் வாரிசாய்த் தொடர்ந்த இளவரசுவின் 75 ஆண்டுகளில் முடிவுற்ற வாழ்க்கைப் பயணத்தை மூன்று பகுதிகளாக்கிப் புரிந்துகொள்ள முயல்கிறேன். திருவனந்தபுரம் கேரளப் பல்கலைக் கழகத்தில் ஆய்வு மாணவராகச் செயலாற்றியது வரையிலான முதல் பகுதி (1939 – 1969); தமிழ் விரிவுரையாளராகச் சென்னை, மாநிலக் கல்லூரி உட்படப் பலவிடங்களில் பணியாற்றி ஓய்வு பெற்று, திருச்சி பாரதிதாசன் பல்கலைக்கழகத்தில் உயராய்வு மையப் பேராசிரியர் மற்றும் தலைவராகப் பொறுப்பேற்றுக் கடமை முடித்த இரண்டாவது பகுதி (1970–2004); நிறைவாகப் பல்கலைப் பணி முடித்து மறைவுறும்வரையிலான நடுக்க நோயில் நலிவுற்ற நிறைவுப்பகுதி (2004–2015) என அவை மூன்றாய் அமையும். சிங்கமெனச் சிலிர்த்து நின்ற நடுப்பகுதியே பேராசிரியருக்கு இரங்கல் எழுதக் காரணமாய் அமைந்த பகுதி.

உண்மையில் இளவரசு என்பவர் யார்? 20ஆம் நூற்றாண்டின் இடைப்பகுதியில் தமிழ்நாட்டில் நிகழ்ந்த அரசியல், சமூக, மொழி இயக்கங்களின் விளைபயன். அதன் இழி பகுதிகள் பரவாத, தூய்மை கெடாத கண்கண்ட அடையாளம். அதன் அறிவுக் குறி. விரிவாக்கிச் சொன்னால் திராவிட இயக்கச் சார்பாளர். ('சேரன் மாதேவி குருகுலப் போராட்டமும் திராவிட இயக்கத்தின் எழுச்சியும்' (2013) என்ற என் நூலை, அவருக்கு அர்ப்பணித்ததற்கு அவரிடம் நான் கொண்ட மதிப்பும் அன்பும் மட்டும் காரணம் அல்ல). பகுத்தறிவு ததும்பும் முற்போக்காளர். தனித்தமிழ் நோக்கினர். இன்னும் விளக்குவ தானால் தாழ்த்தப்பட்டோரையும் இணைத்துச் செல்லும் நிலைதாழ்ந்தோரின் வளர்ச்சியைக் குறிகொண்டவர். சாதி மறுத்து, தான் காதல் மணம் கொண்டதோடு, மகள், மகன் காதல் மற்றும் கலப்பு மணங்களுக்கும் ஆதரவாக இருந்தவர். பெற்றோர் மறுத்தபின்னும் காதல் திருமணங்கள் பலவற்றை நடத்திய துணிவினர். மங்கை – வீ. அரசு திருமணம் அவற்றுள் உடனே நினைவுக்கு வரும் ஒரு மணம். வீட்டுவசதி வாரியத்தை, வீட்டு வாரியம் என்றே எழுதுவார். அதன் வசதியின்மையைச் சுட்டுவதல்ல அவர் நோக்கம். நமக்கு ஆட்டோவாக ஓடுவது அவருக்குத் 'தானி'. தூக்கத்தில் பிதற்றினாலும் தூயத் தமிழ் பிதற்றுமோ அவர் வாய்! துணைவியார் வேலம்மாளைக் கேட்க வேண்டும்.

பொருளியலில் இளங்கலை (தூய வளவர் கல்லூரி, திருச்சி), தமிழில் முதுகலைப் (அழகப்பா கல்லூரி, காரைக்குடி) பட்டங்களைப் பெற்ற இளவரசு ஓராண்டில் சட்டப் படிப்பை (சட்டக் கல்லூரி, சென்னை) இடை நிறுத்தி ஆய்வாளராகச் (கேரளப் பல்கலைக்கழகம், திருவனந்தபுரம்) சேர்ந்தார். முதல் இந்தி எதிர்ப்புப் போராட்டம் முடிந்த சமயத்தில் பிறந்த அவர் (1939) அதன் விளைபயனாகத் தமிழ் எழுச்சியுற்ற காலத்தில்

இளம் பருவத்தைக் கடந்தார். திராவிட முன்னேற்றக் கழகம் ஆட்சி அமைந்த காலத்தில் உயர் கல்வியைக் கற்றார். கழக ஆட்சி தொடங்கிய பருவத்தில், தமிழ் அரியணை ஏறிவிடும் என்ற நம்பிக்கை நிலவிய காலத்தில் அவர் தமிழ்ப் பேராசிரியராகப் பணி தொடங்கினார். தமிழ் பயிற்றுவிக்கும் பணியைக் கல்லூரிக்குள் செய்த அவர், சமூகக் கல்வியை வெளியில் நிகழ்த்தினார்.

1968இல் பாவாணரின் உலகத் தமிழ்க் கழகத்தின் கேரள மாநில அமைப்பாளராக முன்னறிவித்தலின்றியே ஆக்கப்பட்டவர் இளவரசு. அப்போது ஆய்வாளராகக் கேரளத்தில் இருந்தார். அவ்வமைப்பில் நான்காண்டுகள் பணியாற்றிய அவர், பறம்புக்குடி மாநாட்டிற்குப் பிறகு நண்பர் பலருடன் தமிழியக்கம் கண்டார். துறைதோறும் தமிழின் தூய்மை பேணல், மூடநம்பிக்கையை ஒழித்து முற்போக்குச் சமுதாயத்தை உருவாக்குதல், சுரண்டலற்ற பொருளியல் சமநிலை என்ற மூன்றும் அவ்வியக்கத்தின் முதல் நோக்கம். வெளிநாடுவாழ் தமிழர்களின் மொழி, வாழ்வு, உரிமைகளின் சிக்கல்களை அக்கறையோடு கண்டுணர்ந்து தீர்வுகாணல் என்பது அதன் துணை நோக்கமாக அமைந்தது. அவ்வியக்கத்தை இறுதிவரை இளவரசு நடத்திக்கொண்டிருந்தார் எனச் சொல்லலாம். 1980களில், தமிழக ஈழ நட்புறவுக் கழகத்தைத் தொடங்கிப் பல்வேறு அமைப்புகளுடன் இணைந்து நடத்திய பேரணி இதன் பணிகளில் நினைவில் நிற்பதாகும். தமிழக மாணவர்களிடையே ஈழம் சார்ந்து சாய்வான எண்ணம் பரவுவதற்கு இப்பேரணி உதவியது. 1974இல் தஞ்சைப் பகுத்தறிவாளர் கழகத்தின் செயற்குழு உறுப்பினராகவும் பணிபுரிந்தார். 1990களில் தமிழ்வழிக் கல்வியை வலியுறுத்தி 100 தமிழ்ச் சான்றோர்களுடன் சென்னையில் உண்ணாநிலை நடத்தச் சிலர் முற்பட்டனர். அந்நூற்றுவருள் ஒருவர் இளவரசு.

திருச்சி (காசாமியான் உயர்நிலைப் பள்ளி), காரைக்குடி (அழகப்பா கல்லூரி), புதுக்கோட்டை, தஞ்சாவூர் (1971-76), கரூர், சென்னை எனப் பல ஊர்களின் பள்ளி / கல்லூரிகளில் ஆசிரியராகப் பணியாற்றினார். அழகப்பா கல்லூரியில் ஆசிரியராக இருந்தபோது அவரது மாணவராக இருந்தவர் சுப. வீரபாண்டியன். கேரளப் பல்கலையில் உடன் ஆய்வு செய்தவர் பா.ரா. சுப்பிரமணியன். அப்போது அங்கு முதுகலை படித்தவர் கி. நாச்சிமுத்து. இளவரசுவின் ஆசிரியப் பணியில் பெரும்பான்மைக் காலம் மாநிலக் கல்லூரியில் நிகழ்ந்தது. அச்சமயம், மதியவேளைகளில் அரசின் ஆட்சிப் பணிப் போட்டித் தேர்வுகளுக்கான பயிற்சி மையத்தில் பாடம் எடுத்தார். தாழ்த்தப்பட்ட, பிற்படுத்தப்பட்ட மாணவர்களுக்கான அம் மையத்தில் பத்தாண்டுகளுக்கு மேல் பயிற்சி கொடுத்தார். தற்போது இந்தியா முழுக்க இம்மாணவர்கள் அதிகாரிகளாகப் பணியாற்றுகின்றனர்.

இளவரசு, ஆசிரியர் சங்கங்களில் ஈடுபாட்டுடன் உழைக்கக் கூடியவர். சிலகாலம் தமிழ்நாடு அரசு கல்லூரி ஆசிரியர் கழக மாநிலத் தலைவராகவும் இருந்தார். அவர் ஒரு வெற்றிபெற்ற தலைவர். அதே சமயம் சிறந்த ஆசிரியரும்கூட. வகுப்பில் பாடம் எடுக்கும்போது மட்டும்தான் தனியாக விளங்குவார். மற்றநேரம் எல்லாம், பல்லோர் கூட்டுடன் திகழ்வார். மாநிலக் கல்லூரியில் சிவக்குமார் என்னும் இன்னொரு இயற்பியல் பேராசிரியருடன் உலவியதுதான் இப்போது மனக்கண்ணுக்குத் தெரிகிறது.

கொஞ்சம் யோசித்தால் நட்புதான் இளவரசு என்றுகூடச் சொல்லிவிடலாமோ என்று தோன்றுகிறது. 'நண்பர்கள் தாமடா நாம்பெற்ற பேறு' என்றெழுதியவர் இளவரசு. வளர்நிலையில், தம் கருத்து மாறும்போது, அக்கருத்தொத்திருந்த பழைய நண்பர்கள் உதிர்ந்து போவதும், மாறிய புதிய கருத்தின் ஊடாகத் தோழர்கள் துளிர்ப்பதும்தான் அறிஞர்கள் பலரிடம் நான் கண்ட காட்சி. ஆனால் இளவரசுவின் நட்புலகம் உதிராதது. புதிய தளிர்கள் மட்டும் இணைந்து கொண்டிருக்கும். அ. பால்ராஜ், கு. திருமாறன், மணிவாசகம், கலியரத்தினம், சி. அறிவுறுவோன், மு. இளமுருகன், தமிழகன் ஆகியோர் எனக்குத் தெரிந்த உதிராத சிலர். நண்பர் குடும்பங்களையெல்லாம் அழைத்து ஆண்டு தோறும் தமிழ்க் குடும்பச் சந்திப்புகளையும் அவர் நிகழ்த்தினார். வீர. சந்தானத்தின் ஏற்பாட்டில் படப்பையில் நடந்த சந்திப்பு என் நினைவில் இன்றும் இருக்கிறது. 'தலைநாள் விருப்பினன்' என்ற இளவரசுவைப் பற்றிய ஒரு வெளிப்பாடு, ஒரு வகையில் குறைவுடையது. அதற்கும் மேலே அவர் ஏதோ ஒன்று. அதைக் குறிப்பிட இப்போது என்னிடம் சொல் இல்லை. 'அளவளாவு இல்லாதான்' எனத் தொடங்கும் திருக்குறள் ஏனோ நினைவுக்கு வருகிறது.

இளவரசுவிடம் நட்பு தொடர ஒரு காரணம் அவரது எதிர்பார்ப்பற்ற அன்பு என்றால் தமிழ் ஆளுமை மற்றொன்று. மொழியின்மீது அவர் கொண்டிருந்த மதிப்பும், போலியற்ற அன்பும் புரிந்துகொள்ள முடியாத அளவினது. காதலித்து வேலம்மாளை மணந்தவர் அவர். 27 வயதில் ஒரு ஊடல் காலத்தில் அவர் எழுதி வைத்திருந்த நாட்குறிப்பு (27 செப்டம்பர் 1966) பின்வருவது:

'அடி போடீ, உன்னை நினைத்து நான் உருக்குலைந்து போவேன் எனறு மனப்பால் குடிக்கிறாயோ? என்று தொடங்கி, நீ என்ன மணிவண்ணன் [நா.பா.] பெற்றெடுத்த பூரணியோ...' எனத் தொடர்ந்து ஒரு பாடலுடன் முடிகிறது அந்த எள்ளல் குறிப்பு. அப்பாடலின் இடையில் ஒரு வரி 'அடி போடி! நீ என்ன தமிழா?' என்றிருக்கிறது. இளவரசுவுக்குக் காதலியைவிடத் தமிழ் உயர்வு, நெருக்கம், இனிமை. ஆம். இளவரசுவுக்குத்

தமிழ் உயிர். பல பேருக்குத் தன்னை அலங்கரித்துக்கொள்ளத் தேவைப்படும்...

'சென்னையிலிருந்து திருச்சிக்குச் செல்கிறேன். பேருந்து தாம்பரம் நிலையத்தில் நிற்கிறது. வண்டியைச் சுற்றி, 'வாட்டர், வாட்டர்' என்னும் ஒலி கேட்கிறது. வெளியே ஆண்களும் பெண்களும் கைகளில் தண்ணீர்ப் பைகளை ஏந்தியவாறே கூவிக்கூவி விற்கின்றனர். 'தண்ணீர் விலை மதிப்புக்குரியதாக ஆனபிறகு வாட்டர் ஆகிவிடுகிறது' (தமிழும் தமிழரும், ப.21) என்று தன் மகள் மணவிழாவில் வெளியிட்ட நூலில் இளவரசு வருத்தம் வழிய எழுதினார்.

தமிழ்த் தெருவில் தண்ணீர், வாட்டர் ஆவது மொழிசார்ந்த மாற்றம் அல்ல, மனோபாவச் சிக்கலின் விளைவு. தண்ணீர் என்னும்போது தாழ்வும் 'வாட்டர்' என்னும்போது உயர்வும், சொல்லும் தமிழனின் மனத்தில் தோன்றுகிறது. சோறு என்னும் போது தாழ்வும் 'ரைஸ்' என்னும்போது உயர்வும் தோன்றுவது போல. இந்த மனப்பான்மையை மாற்றாமல் தாய் மொழியில் பேசுக என்று வற்புறுத்துவதில் விளைவது என்ன? இதைப் புரிந்திருந்தவர் இளவரசு.

மொழித் தூய்மைவாதியாகப் பார்க்கப்பட்ட இளவரசு, மத அடிப்படைவாதத்தோடு இணைத்துச் செய்யப்பட்ட அத்தகைய 'குற்றச்சாட்டு'க்கு இப்படிப் பதில் சொன்னார்: 'மேனியில் படிந்த அழுக்குகளைப் போக்கிக்கொள்வது போன்றது மொழித்தூய்மை என்பது. மத அடிப்படைவாதம் என்பது தொட்டால் தீட்டு, புனிதம் போய்விடும் என்பதுபோன்ற நம்பிக்கை அடிப்படையிலானது'என்பது இளவரசுவின் பதில் வாதம். 'மனிதன் என்பவன் மொழியைத் தவிர வேறென்ன' என்று இப்போது உலகெங்கும் பேசப்படுகிறது. இதை ஒருமுறை பஞ்சாங்கம், ம.இலெ. தங்கப்பாவைக் குறித்து எழுதும்போது குறிப்பிட்டார். இளவரசுவைப் பற்றி எழுதும்போதும் அத்தொடர் நினைவுக்கு வருவதைத் தவிர்க்க முடியவில்லை. தங்கப்பாவைப் போலவே, இளவரசுவும் பெருஞ்சித்திரனாரின் 'தென்மொழி'யினர் என்பது வேறு செய்தி அல்ல.

இளவரசுவை நினைக்கும்போது தோன்றும் இன்னொரு அம்சம் பாரதிதாசனில் அவருக்கு இருக்கும் தோய்வு. 1986 ஆக இருக்கலாம். மாநிலக் கல்லூரித் தமிழ்த்துறைக்கு அருகில் தட்டச்சு செய்த கவிதைக் கட்டோடு, முல்லைப் பதிப்பகம் மு. பழனி நின்றுகொண்டிருந்தார். அப்போது நான் ஆய்வு மாணவன். என்ன செய்தி என்று கேட்டேன். பாரதிதாசன் கவிதைகள் இவை, இளவரசுவிடம் காட்டி இவை பாரதிதாசன் எழுதியவை தாமா என உறுதி செய்ய வந்தேன் என்றார். பாரதிதாசனின் கவிதைகள் அனைத்தும் இளவரசுவுக்குக்

'கரதல' பாடம் என்பார்களே! அப்படி. ஒரு நிகழ்ச்சியில் பாவேந்தர் பாடல்களை அவர் சொல்லக்கேட்ட பட்டிமன்றப் பேச்சாளர் ஒருவர் இவ்வளவு பாடல்கள் தெரிந்திருந்தால் நான் தமிழ்நாட்டை இன்னேரம் விற்றுவிட்டிருப்பேன் என்றார். இதுவும் அவரது காலகட்டத் தமிழகத்தின் அடையாளம். திராவிடர் இயக்கத்தின் விளைவான தமிழ் மறுமலர்ச்சிக் கட்டத்தில் பாரதிதாசன் பாடல்களைத் தமிழ்ப் பற்றாளர்கள் மனப்பாடமாக மேடைகளில் பொழிந்தனர். நெடுஞ்செழியன், மக்கள் அறிந்த நடமாடிய உதாரணம். இளவரசு, அறிஞர் அறிந்த மறைந்த சான்று. அருள்மொழி, தொடரும் எஞ்சிய கொழுந்து.

பெயர் நிலையிலும் தமிழகத்தில் நிகழ்ந்த தமிழ்ப்பெயர் மாற்ற முயற்சிக்கும் இளவரசு சான்றாவர். 1959 – 60இல், அவர் தன் 20 ஆம் வயதில் 49 நண்பர்களுடன் தொடங்கிய தமிழ்ப் பேராயத்தினர் தங்கள் பிறமொழிப் பெயர்களைத் தமிழாக்கிக் கொண்டனர். (பழந்தமிழாக இருப்பினும்) சாத்தையா, தமிழ்க் குடிமகன் ஆனார். பிச்சையாக இருந்த இவர் இளவரசானார். தன் மகளுக்குப் பிறந்த நாளிலேயே அன்பு (1971) என்றும் மகனுக்கு ஓவியன் (1975) என்றும் பேத்திக்குச் சீர்த்தி (2007) என்றும் பெயரிட்டார். பால் உணர்த்தாத பெயராக இருக்க வேண்டும் என்னும் பெரியாரின் விருப்பம் அன்பு, சீர்த்தி என்னும் பெயர்களில் வெளிப்படுவதைக் கவனிக்கலாம். பெரியாரின் மறைவை ஒட்டி இளவரசு எழுதிய கவிதை, ஆய்வாளராக மலர்ந்த பின்னும் கவிமனம் அவரிடம் தங்கியிருந்ததைக் காட்டுவதாகும்.

தோழன், வழிப்போக்கன், பயில்வான் போன்ற புனை பெயர்களில் கவிதைகள் எழுதிய இளவரசு, தன் இலக்கிய வாழ்க்கையைப் பாவலராகவே தொடங்கினார். 'தமிழ்ஒளி' என்னும் கையெழுத்து இதழையும் நடத்தினார். 'விடுதலை' (1972), 'இந்திய விடுதலை இயக்கத்தில் பாரதிதாசன்' (1991), 'தமிழும் தமிழரும்' (1997), 'வரும்புயல் நாங்கள்' (கவிதை), 'நண்பகல் ஞாயிறு' (கட்டுரை), 'அலைகள்' (நாட்குறிப்பு), 'நிறைந்த அன்புடன்' (அணிந்துரை), 'பாவேந்தரின் உலக நோக்கு' (2002), 'பாவேந்தர் பாரதிதாசன் பழம் புதுப் பாடல்கள்; பாவேந்தர் பாரதிதாசன் பாடல்கள் தலைப்பு அகரவரிசை', 'முதற்குறிப்பு அகரவரிசை; பாவேந்தர் பாரதிதாசன் நூற்களஞ்சியம்' (2005) ஆகியவை அவரது நூல்கள். பாவேந்தம் என்னும் பெயரில் தமிழ்மண் வெளியிட்டவை வேறு. 'பாரதிதாசன் கடிதங்கள்' (2009) என்ற நூல் ச.சு. இராமர் இளங்கோவுடன் இணைந்து தொகுத்துப் பதிப்பித்த நூல். இதுவே இளவரசுவின் பெயரில் வெளியான இறுதி நூல். இவைதவிர இளவரசு எழுதிய கடிதங்களும் சிறைக் குறிப்புகளும், வ.அய். சுப்பிரமணியம் குறித்த நினைவுகளும் பாரதிதாசன் உரைநடை எழுத்துகளும் வெளிவர உள்ளன.

'பாவேந்தர் புகழ்பரப்புநர்' (1991), 'பாவேந்தர் விருது' (2010) ஆகிய தமிழ்நாட்டரசின் விருதுகளைப் பெற்றது பின்னாளில். பாவேந்தரின் இலக்கியப் பயிலலும் ஆய்வும்தான் இளவரசுவின் இளமைமுதல் வாழ்நாள் பணி. தன் முழுவாழ்வின் உழைப்பை இட்டு அவர் உருவாக்கிய பாவேந்தரின் உலகுநோக்கு முதற் கொண்டு பாரதிதாசன் கடிதங்கள் உள்ளிட்ட நான்கு நூல் களின் காப்புரிமையைப் பாரதிதாசன் பல்கலைக்கழகத்திற்கு அளித்திருந்ததை நூலில் கண்டபோது முதலில் துணுக்குற்றேன். பிறகு ஆச்சர்யப்பட்டேன். பாரதிதாசன் பல்கலைக்கழகத்தின் உயராய்வு மையப் பணியை அவர் பெரிதும் மதித்தது இதிலிருந்து தெரிகிறது.

இந்திய தேசியமும் இல்லை; தெய்வமும் இல்லை என உதறிவிட்டு உலவிய பாரதிதாசனின் தேசிய இயக்கப் பங்களிப்பை இளவரசு 1991இல் நூலாக்கியபோது தமிழுலகினர் திடுக்கிட்டனர். பெரும்பாலோர் முகங்களில் கேள்விக்குறியை நானே பார்த்தேன். அதை ஆய்வு நூல், ஆய்வு நூல் என்று கூட்டங்கள் பல நிகழ்த்தி நிரூபிக்க முற்பட்டார். சுப. வீரபாண்டியன், ந. அரணமுறுவல் போன்றோர் பேசினர். பத்தாண்டுகளுக்குப் பின் வெளியிட்ட 'பாவேந்தரின் உலக நோக்கு' (2002) என்ற அவரது அடுத்த நூல் இந்திய அளவிலும், உலக அளவிலுமான நிகழ்வுகளுக்குக் கவிஞர் பாரதிதாசனின் எதிர்வினைகளைப் பதிவு செய்திருந்தது. இந்நூல் முன்கேள்விக்கு ஆதாரபூர்வமான பதிலாக அமைந்தது.

இளவரசுவின் வாழ்நாள் நோக்கத்தில் பெரும்பகுதி நிறைவேறியது 'பாவேந்தர் பாரதிதாசனின் பழம் புதுப்பாடல்கள்' நூல் வெளியீட்டில் எனலாம். பாரதிதாசன் 1904 முதல் 1964 முடிய எழுதிய 365 கவிதைகள் கொண்டது அப்பெருநூல். பாரதிதாசன் கவிதைகள் என வெளிவந்துகொண்டிருக்கும் தொகுப்புகளில் இடம்பெறாத பாடல்கள் கொண்டது. இது இளவரசுவின் பாரதிதாசன் இயலுக்கான பெருங்கொடை. இன்னொருவர் செய்வதற்கு அரிய பணி இது.

'பாவேந்தர் பாரதிதாசன் பாடல்கள் தலைப்பு அகரவரிசை, முதற் குறிப்பு அகரவரிசை', 184 பக்கச் சிறுநூல் எனினும் ஆய்வாளர்க்கு உதவக் கூடிய கருவி நூல். 'பாரதிதாசன் கடிதங்கள்' மோசமாக அச்சு இயன்றுள்ள ஆனால் ஆய்வாளர்க்குப் பயன்படும் நூல்.

இளவரசு, கவிஞராக அறிமுகமாகி, ஆய்வாளராக, பேராசிரியராக நிலைகொண்டு, சமூகச் செயற்பாட்டாளராகப் பரிணமித்தவர். இயக்கத்துக்காகவும், சங்கப் பணிக்காகவும், நண்பர்களின் நல்லுறவைப் பேணவும் அவர் செலவிட்ட நேரத்தை நூற்பணிக்காகச் செலவிட்டிருந்தால் நூல்கள் மலையெனக் குவிந்திருக்கலாம். அப்போது ஒருவேளை இளவரசு என்னும்

அன்பே உருவான மனிதர் காணாமல் போயிருக்கக் கூடும். இளவரசுவின் நூல்களை வெளியிடுவதில் கவனம் கொண்ட மிகச் சிலருள் வைகறை ஒருவர். இம்முயற்சியில் அவர் முழுவெற்றி பெறவில்லை எனினும் திருச்சியில் நிகழ்ந்த மணி விழாவில் (14 டிசம்பர் 2002) வெளியிடப்பட்ட 'இளவரசியம்' என்ற மலரும் 'வரும் புயல் நாங்கள்' உள்ளிட்ட நூல்களும் வெற்றியின் கூறுகள்தாம். அவரது இயல்பில் விட்டிருந்தால் இந்த நூல்களும் வந்திருக்காது.

கவித்துவமான தலைப்புடன் பொருந்தும் மிகச்சரியான அட்டைப் படத்துடன்கூடிய கவிதைத் தொகுப்பு 'வரும் புயல் நாங்கள்'. 'தமிழ் ஒளி' (1959) என்ற கையெழுத்துப் பத்திரிகையில் வெளிவந்த கவிதை முதற்கொண்டு 2002வரை அவர் எழுதிய கவிதைகள் கொண்டது அத்தொகுப்பு. 1972இல் வெளிவந்த 'விடுதலை'த் தொகுப்பின் கவிதைகளும் இதில் உண்டு.

'அலைகள்' – ஓர் இலக்கிய மாணவரின் நாட்குறிப்பு என்ற நூல் 1966–68 ஆண்டுகளில் இளவரசு எழுதிய நாட்குறிப்புகளில் தேர்ந்தெடுக்கப்பட்டவை. அவரது 27ஐ ஒட்டிய வயதில் எழுதப் பெற்ற குறிப்புகள். ஆய்வாளராகத் திருவனந்தபுரத்தில் கழிந்த காலம் அவை. திருவனந்தபுரம் என்றதும் நவீன இலக்கிய மனதுக்குத் தோன்றும் நகுலன், ஆ. மாதவன், நீல. பத்மநாபன் பெயர்கள் அவருடைய நாட்குறிப்பில் இடம் பெறாமல் எப்படிப் போகும்! அவர் மனத்தை மணிவண்ணன் பற்றியிருந்தாலும் க.நா.சு ('அசுரகணம்'), கு. அழகிரிசாமி ('தேவஜீவனம்'), சுந்தர ராமசாமி ('புளியமரத்தின் கதை') ஆகியோரை எல்லாம் படித்துள்ளார். அலைகள் நூலை 2002இல் வாசித்தவுடன் ஆ. இரா. வேங்கடாசலபதி சொன்னது இன்னும் நினைவிருக்கிறது. 'இவ்வளவு அகன்ற வாசிப்பும், குறிப்பிட்ட பார்வையும், தெளிவான எழுத்தும் 60களிலேயே கொண்டிருந்த ஒருவர் கடந்திருக்க வேண்டிய தூரம், இதுவல்லவே, இன்றிருக்க வேண்டிய இடமும் இதுவல்லவே' என்றார் மிகுந்த வருத்தத்துடன்.

சங்க இலக்கியம், பாரதி, பாரதிதாசன், இலக்கணம், மற்றும் மொழி சார்ந்த 36 கட்டுரைகள் கொண்ட 192 பக்க நூல் 'நண்பகல் ஞாயிறு'. தனிநாயகம் அவர்களை, நண்பகலில் ஒளிரும் சூரியனாய் இளவரசு கருதினார். தனிநாயகத்தைப் போலவே இளவரசுவையும் தமிழ்நாடு பயன்கொள்ளவில்லை என்றே தோன்றுகிறது. நாம்தான் என்றில்லை, இளவரசுவுமே அவரை நன்கு பயன்கொள்ளவில்லை, செப்பம், செப்பம் என்று நாளை நீட்டித்துக்கொண்டே, இழுப்பது அவர் இயல்பு. அதனால்தான் அவரது முனைவர் பட்டப் 'பெருங்கதையின் மொழி அமைப்பு' என்ற ஆங்கிலத்தில் எழுதப்பட்ட ஆய்வேடு இன்னும் நூலாகவேயில்லை. ஆய்வேட்டின் இரு கட்டுரைகளின் தமிழ்வடிவம் மட்டுமே வெளிவந்துள்ளது.

'நிறைந்த அன்புடன்' என்பது 2002 வரை எழுதப்பட்ட 31 முன்னுரைகள் கொண்ட நூல். புனைகதை முதல் இலக்கணநூல் வரை சு. சமுத்திரம் முதல் தமிழிந்தியன் என்னும் முகமறியாத சிறைக்கைதி வரை பலரது நூல்களுக்கும் எழுதப்பட்டவை. பலரையும் அணைத்துச் செல்லும் தலைமைக்குணம் நிறைந்திருப்பினும் 'அறிவை மட்டுமல்ல அறியாமையையும் சுட்ட வேண்டியது ஆசிரியனது கடமை' என்று அவர் அடிக்கடி சொல்லும் அம்சமும் எட்டிப் பார்க்கும் நூல் அது. 'பூக்கத் தெரிந்த புது மரங்கள் பன்னூற்றை ஆக்கும் விதையே அவர்' என்ற செந்தலை கவுதமனின் வரி வெறும் புகழ்ச்சி அன்று. பூக்கும் மரங்களுள் ய. மணிகண்டன் கண்ணுக்குத் தெரிந்த கனிமரம்.

இளவரசு என்றதும் அவரை அறிந்த, கேள்விப்பட்ட அனைவர்க்கும் நினைவுக்கு வருவன அன்பு, தமிழ், உரன், பாரதிதாசன், கொள்கைப் பிடிப்பு, எவரிடமும் கைகட்டி நிற்காத சுயமரியாதை. அனைத்திலும் மேலாக அஞ்சாமை. அவரது மொழியிலேயே சொன்னால் தறுகண். இதுதான் முதல்வர் கலைஞர் மேடையிலேயே அவர் கருத்தை மறுத்துப் பேசவைத்தது. இத்தொடர்பில் கா. சிவத்தம்பியின் ஒரு கருத்தோடு இந்நினைவுக் குறிப்பை முடிக்கலாம்.

'இளவரசு அவர்களின் பேச்சு நறுக்குத் தெறித்தாற் போலிருக்கும். வெட்டு ஒன்று, சில வேளைகளில் துண்டுகள் இரண்டுக்கு மேலாகவும் இருக்கும்.'

இளவரசுவின் நெருங்கிய நண்பர்கள் உட்பட அனைவரும் இக்கருத்தை ஒப்புக்கொள்வார்கள் என்றே நம்புகிறேன். துண்டு களின் எண்ணிக்கையில் வேண்டுமானால் மாறுபடுவார்களோ என்னவோ!

காலச்சுவடு, மார்ச் 2015

அறிமுகங்கள்

தி.ஜ.ர. (01.04.1901 – 19.10.1974)

எளிமையின் அடையாளம்

திங்களூர் ஜகத்ரட்சகன் ரங்கநாதன், தஞ்சாவூர் மாவட்டத்தில் திருவையாற்றுக்குக் கிழக்கே ஒன்றரை மைல் தூரத்தில் உள்ள திங்களூர் என்ற சிற்றூரைச் சேர்ந்தவர். இவரது தந்தை, ஜகத்ரட்சகன், தஞ்சாவூருக்குத் தெற்கே பதினைந்து மைல் தொலைவில் உள்ள ஒக்கநாடு மேலையூர் என்ற சிற்றூரில் கர்ணம் வேலை பார்த்தார். இங்கேதான் தி.ஜ.ரவின் பள்ளிப்படிப்பு தொடங்கியது. 1901 ஏப்ரல் மாதத்தில் பிறந்திருந்த தி.ஜ.ர.வுக்கு அப்போது வயது ஆறு அல்லது ஏழு இருந்திருக்கும். ஒரத்தநாடு சத்திரத்தில் இருந்த பாடசாலையில் நான்காம் வகுப்புவரை படித்தார். ஒவ்வொரு வகுப்பிலும் முதல் மதிப்பெண் வாங்கிப் பரிசுகளும் பெற்றார். ஆனால் அவரை, அவருடைய தந்தை மேற்கொண்டு படிக்க வைக்கவில்லை. தி.ஜ.ர. தொடர்ந்து படிக்க ஆசைப்பட்டார். தந்தையோ அவருடைய ஆசையைக் கடைசிவரை பூர்த்தி செய்யவேயில்லை ('கு. அழகிரிசாமி கட்டுரைகள்', பக். 426 – 27)

தந்தையுடன் ஊர் ஊராய்ச் சுற்றித் திரிந்த இளம் பருவத்தில் இந்த நான்காம் வகுப்புக்கு மேல் பள்ளிப்பாடத்தைத் தொடரவில்லை. ஆனால் படிப்பைத் தொடர்ந்தார். தமக்குத் தாமே ஆசிரியராகவிருந்து அறிவியல்துறை நூலெல் லாம்

படிக்கத் தொடங்கினார். பதினைந்து பதினாறாவது வயதில் சர்வே பயிற்சியின்போது நேர்க்கோண முக்கோணம் என்னும் தத்துவத்தால் கவரப்பட்டு ஜாமெட்ரியும் அல்ஜீப்ராவும் பயிலத் தொடங்கினார். கிடைத்தவை ஆங்கிலப் புத்தகங்கள். ஆகவே மொழிப் பயிற்சிக்கு இலக்கியமும் இலக்கணமும் அகராதியின் துணைகொண்டு படித்தார் ('தி.ஜ.ர. மணி விழா மல'ரில் தம்பி. சீனிவாசன்).

22 வயதிற்குள் தி.ஜ.ர.விற்கு வாழ்க்கை முழு அனுபவத்தைக் காட்டிவிட்டது எனலாம். பெற்றவளின் மரணம்; கும்பகோணத்திலும், ஸ்ரீரங்கத்திலும், தஞ்சைக் கிராமங்களிலும் தொழில் நடத்திய தந்தையாருடன் பெற்ற அனுபவங்கள்; கர்ணம் வேலை பார்க்கப் பழகியது; நில அளவைக்கான பயிற்சி பெற்றது; இதற்குள் 14ஆம் வயதில் திருமணம்; மாமனார் ஊரில் சில மாதம் திண்ணைப் பள்ளிக்கூட ஆசிரியர் பணி; தஞ்சாவூர் வக்கீல் குமாஸ்தாவாக நான்கு மாதங்கள்; கும்பகோணத்தில் மளிகைக் கடையில் சிற்றாளாகக்கூட ஒரு வாரம் வேலை; இப்படி மனத்தையும், உடலையும் பல்வேறு விதமாகப் பக்குவப்படுத்தும் துன்ப வாழ்க்கையின் பல அனுபவங்களையும் இளம் வயதிலேயே பெற்றுவிட்டார் தி.ஜ. ரங்கநாதன். இவ்விவரங்கள் தி.ஜ.ர. வாழ்ந்தபோதே வெளிவந்திருந்த அவரது மணிவிழா மலரில் கிடைக்கின்றன.

'தி.ஜ.ர. குள்ளமாக இருப்பார். நான்கு முழ வேட்டி, ஒரு வெள்ளை அரைக்கைச் சட்டை, ஒரு வெள்ளைத் துண்டு– இந்த உடையில்தான் எப்பொழுதும் காணப்படுவாராம். உடை சலவைக்குப் போடப்படாமல், துவைக்கப்பட்டுக் காவியேறியிருக்கும். எவ்வளவு விடா முயற்சியுடன் வாரிவிட்டாலும் தலைமயிர் சிலிரித்துக்கொண்டுதான் நிற்கும். பாதிக்கு மேல் நரைத்த தலை. இடது கையை மடித்து அதில் ஒரு பையைத் தொங்கப் போட்டுக்கொண்டு அலுவலகத்துக்குப் போய் வருவார். பைக்குள் ஆங்கிலப் பத்திரிகைகள், புத்தகங்கள், சில சமயம் சிற்றுண்டிப் பாத்திரம் முதலியன இருக்கும்' என்று தி.ஜ.ர.வின் தோற்றத்தை வர்ணிக்கிறார் கு. அழகிரிசாமி.

தி.ஜ.ர. வித்தியாசமான இலக்கியவாதியாக இருந்திருக்கிறார். இலக்கியத்தின் மீதான பிடிப்புக்கு இணையான பிடிப்பு இயந்திரங்கள் இயங்கும் நுட்பத்தை அறிவதிலும் அவருக்கு இருந்திருக்கிறது. எந்த இயந்திரம் எப்படி ஓடுகிறது? எந்த மாதிரி வடிவமைக்கப்பட்டிருக்கிறது? என்பதைக் கவனமாக ஆராய்ந்து பார்ப்பார். அவர் வீட்டில் ஒரு வானொலிப் பெட்டி இருந்தது. தி.ஜ.ர. கவனமாக ஆராய்ச்சி செய்ததன் பயனாகவோ என்னவோ,

அது அவரைத் தவிர வேறு யார் திருப்பினாலும் ஒலி கிளப்பாது. சென்னை நிலைய நிகழ்ச்சிகளைக் கேட்க வேண்டுமென்றால் தி.ஜ.ர. எழுந்து ஒரு சிறு குச்சியால் வானொலியின் பின்புறத்தில் உள்ள ஏதோ ஒரு கம்பியை நகர்த்துவார். உடனே அது கேட்கத் தொடங்கிவிடும். இப்படித் திருப்புவதற்கென்று ஒரு குச்சியும் தயார்செய்து பக்கத்தில் வைத்திருப்பாராம். வானொலி இயங்கும் விதம் தொடர்பான விலை உயர்ந்த புத்தகம் ஒன்றையும் தி.ஜ.ர. வாங்கி வைத்திருந்தாராம். இயந்திர சாஸ்திரம், அறிவியல் தொடர்பான அரிய நூல்களும், அகராதிகளும், கலைக்களஞ் சியங்களும் தி.ஜ.ர. விடத்தில் இருந்ததுபோல் அதிகமாக மற்றொரு எழுத்தாளரிடம் இருந்ததைத் தான் பார்க்கவில்லை என்று கு. அழகிரிசாமி குறிப்பிடுகிறார். ('நான் கண்ட எழுத்தாளர்கள்', ப. 117–8).

தி.ஜ.ர.வின் இந்த இயந்திரங்களுடனான வித்தியாசமான ஈடுபாட்டை, அவருடன் பல காலம் பணிபுரிந்த எழுத்தாளர் கி.வா.ஜ.வும் நினைவுகூர்கிறார்:

அவருடைய பொழுதுபோக்கே ரேடியோ கருவியை நிமிண்டிக்கொண்டே இருப்பதுதான். பழைய புத்தகம் விற்கும் கடைமுன் நின்று அங்குள்ள புத்தகங்களை எவ்வளவு ஆர்வத்துடன் கவனித்தாரோ, அதே ஆர்வத்துடன் ஆணி, திருகு, ஸ்பானர் ஆகிய இரும்புச் சாமான்களை விற்கும் கடையையும் முற்றுகையிடுவார். ஏதாவது சாமான்களை வாங்கிச் செல்வார். பேனாவைப் பிடிக்கும் கை இரும்பைப் பிடிப்பது என்பது அநேகமாக எங்கும் காண முடியாத அதிசயம். அவர் பேனாவைப் பிடித்ததன் பயனைத் தமிழுலகம் அறிந்திருக்கிறது. ஆனால் இரும்பைப் பிடிக்கும் கையுடையவர் என்பது அவர் வீட்டுக்குச் சென்று பார்த்தவருக்கே தெரியும் (கலைமகள், நவம்பர் 1974).

தி.ஜ.ர. எழுதிக்கொண்டிருக்கும்போதும், பேசிக்கொண் டிருக்கும்போதும் வானொலி பாடிக்கொண்டேயிருக்குமாம். அப்படிப் பாடாத நேரத்தில் யாராவது வீட்டுக்கு வந்துவிட்டாலும் வானொலியைத் திருப்பிப் பாட வைத்துவிட்டுத்தான் பேச உட்காருவாராம் என்று தி.ஜ.ர.வின் வானொலிப் பிரியத்தை விவரித்துள்ளார் கு. அழகிரிசாமி ('நான் கண்ட எழுத்தாளர்கள்', ப. 118).

அழகிரிசாமி மட்டுமல்ல, தி.ஜ.ர.வைப் பற்றிப் பேசும் யாரும் அவரது இயந்திரப் பிரிய அம்சத்தையும், சதுரங்க விளையாட்டில் அவரது பிரியத்தையும் சொல்லாமல் விடுவதில்லை.

சதுரங்கத்தில் ஈடுபாடு

"வாழ்க்கை என்பதுதான் என்ன? வெறும் மன அனுபவந்தானே? சிந்தனையும் உணர்ச்சியுந்தானே! அந்த அனுபவத்தை, சிந்தனை உணர்ச்சியை இதிலுந்தான் [சதுரங்கத்தில்] நான் அடைகிறேன். சதுரங்கத்திலே ஆடி முடியும் ஒரு விநாடியாவது ஒரு ஸ்டாலின் ஆனந்தத்தையோ ஒரு கெய்சரின் துக்கத்தையோ நானுந்தான் அடைகிறேன். அதில் என்ன ஆச்சர்யம்" (பொழுது போக்கு) என்று வாழ்க்கையோடு சதுரங்கத்தை இணைத்துப் பார்த்தவர் தி.ஜ.ர. சதுரங்க விளையாட்டுப் பிரியரான அவர் அடிக்கடி, நண்பர் வி.வி. சடகோபனுடன் சதுரங்கம் விளையாடியதாக அவரது நண்பர்கள் கூறுகிறார்கள். சதுரங்க விளையாட்டைப் பற்றிக் கட்டுரை எழுதுமளவிற்கு அவருக்கு அதில் ஈடுபாடு இருந்திருக்கிறது.

"பொறுமையும், ஏகாக்ர சிந்தையும் சதுரங்க விளையாட்டில் மகா அவசியம். கலாசௌந்தர்யம் நிறைந்தது சதுரங்கம். மதியூகத்தை வளர்ப்பது அது. அவதான சக்தியைப் பெருக்குவது அந்த விளையாட்டு" என்பது தி.ஜ.ரவின் மதிப்பீடு.

"சதுரங்க காய்கள் ஒவ்வொன்றின் இயக்கமும் என்ன அதிசயமானது! எட்டுத்திசையும் பாயும் அந்த மந்திரியின் சக்தி மகா அபாரம். நேரே பாயும் யானைகளும் குறுக்கே ஓடும் தேர்களும் என்ன பாடு படுத்துகின்றன! ஆனால் 'காலப்'பில் போகும் அந்தக் குதிரையின் இயக்கமே ஒரு தனி அழகு. அது எங்கிருந்து எப்படித் தாவுகிறது! எதிரிகளின் படை நடுவே துணிச்சலுடன் புகுந்து அவர்களின் பலாபலத்தை உளவறிய முயலும் காவல் குதிரைப் படைகள் (இப்போது குதிரைகள் போய் டாங்கிகள் வந்துவிட்டன) இந்தக் காலச் சேனைகளில் கூட உண்டே! சதுரங்கக் குதிரைகளும் அதே தீரத்தைக் காட்டுகின்றன."

இவை அக்கட்டுரையின் இரு பகுதிகள். எவ்வளவு ஈடுபாட்டுடன் சதுரங்க விளையாட்டை அவர் ஆடியிருப்பார் என்பதை இப்பகுதிகளிலிருந்து நாம் உணர்ந்துகொள்ளலாம்.

குணச்சித்திரம்

பெரும்பான்மையான தஞ்சாவூர்க்காரர்களுக்கு இருக்கும் புகையிலைப் பழக்கம் தி.ஜ.ர.வுக்கும் இருந்தது. தி.ஜ.ர. பற்றி கு. அழகிரிசாமி 'தமிழ் நேசனில்' ஒரு சொற்சித்திரம் வரைந்து, அதை தி.ஜ.ர.விடம் காட்டித் தகவல் எல்லாம் சரிதானா? என்று கேட்டிருக்கிறார். பிரசுரமான அந்தக் குறிப்பில் பழக்கம் பற்றிய

பகுதியில் தற்போது தான் பொடி போடுவதில்லை என்ற சிறு மாற்றத்தைத் தி.ஜ.ர. எடுத்துச் சொல்லியிருக்கிறார். அது பற்றிய தி.ஜ.ர.வின் விவரணை இது.

> மலேயாவுக்கு அவர் சென்ற நாளில் நான் பொடி போடும் பழக்கம் இருந்தது. இப்போது அதுபோய் வெற்றிலை பாக்குடன் புகையிலை அடக்கிக் கொள்ளும் கட்டத்திற்கு வந்திருக்கிறேன். எனக்குள்ள நிரந்தரமான மார்ச்சளி உபத்திரவத்துக்கும் மூச்சுத் திணறலுக்கும் பரிகாரமே இவை (என்றேன்) . . .
>
> ஓ. திருத்திவிட்டால் போகிறது. புத்தகத்தில் திருத்தி விடுகிறேன் என்றார் அவர்.
>
> புத்தகம் வந்தது. எனக்கு ஒரு பிரதி அன்பளிப்பாய்த் தந்தார். ஒட்டக்கூத்தன் பாட்டுக்கு இரட்டைத் தாழ்ப்பாள் என்பதுபோல, தி.ஜ.ர. பொடியும் போடுவார். புகையிலையும் அடக்கிக்கொள்வார் என்று புத்தகத்தில் இருந்தது. பொடி போட்ட தி.ஜ.ர.வின் உருவம் எவ்வளவு ஆழப் பதிந்திருக்கிறது அவரது மனத்தில். உபரி வர்ணம் பூசுவதுபோலப் புகையிலை அடக்குவதையும் சேர்த்துவிட்டார். எப்படியானால் என்ன? பல்லெல்லாம் போன பின் மீண்டும் பொடிக்குத் திரும்பி விடுவேனோ? என்னவோ? யார் கண்டார்? ஆனால் இப்போது பொடியின் துளி நெடியையும் என்னால் தாங்க முடியவில்லை (*கலைமகள்*, 1941).

எழுத்து வாழ்க்கை ஆரம்பமானது இப்படித்தான்

தி.ஜ.ர. தம் பதினைந்தாவது வயதில் (1916ஆம் வருடம்) திருவாரூருக்கு அருகில் உள்ள திருக்காராயல் என்ற கிராமத்தில் சின்னம்மா வீட்டில் வசித்து வந்தார். அப்போது ‘ஐரோப்பிய யுத்த சரித்திரம்’ என்ற ஒரு தமிழ் நூலைப் படிக்கும் வாய்ப்புக் கிட்டியதாம். முதலாவது உலகப்போர் பற்றிய அந்த நூலின் ஆசிரியர் டி.எஸ். விசுவநாதன். *சுதேசமித்திரன்* வெளியிட்ட ஐந்து பாகங்கள் கொண்ட அந்த நூலைப் படித்து முடித்ததன் பலனாக தி.ஜ.ர. அதுவரை அறிந்திராத எண்ணற்ற புது விஷயங்களைக் கற்றுக்கொண்டார். நவீன விஞ்ஞான உலகத்தில் சிந்தனைகள், நடைமுறைகள் வளர்ச்சிகள், சாதனைகள் போன்றவற்றை அவருக்குக் கற்பித்த அந்த நூலையே நமக்கு நவீன உலகைப் பற்றிய ஞானத்தை முதன் முதலில் போதித்த ஆசான் என்று தி.ஜ.ர. கூறுகிறார் என்று கு. அழகிரிசாமி குறிப்பிடுகிறார். அதை பைண்டு பண்ணித் தி.ஜ.ர. பத்திரமாக வைத்திருந்தாராம்.

அதன் முதல் பக்கத்தில் 'இந்த நூல்தான் எனக்குத் தலைமை ஆசானாக இருந்தது. எனவே இதை ஒருபோதும் வெளியே இரவல் கொடுப்பதற்கில்லை' என்று ஆங்கிலத்தில் எழுதி வைத்திருந்தாராம் ('கு. அழகிரிசாமி கட்டுரைகள்', 'எல்லோருக்கும் நல்லவர்', ப. 427).

தி.ஜ.ர.வின் எழுத்து வாழ்க்கைக்கு வழிகாட்டியாக இருந்த அந்த நூலைப் படித்ததைத் தொடர்ந்து, பத்திரிகைகளுக்குக் கட்டுரைகள் எழுதத் தொடங்கினார். முதல் கட்டுரை 1916இல் *ஆனந்த போதினி*யில் வந்ததாகத் தெரிகிறது. தி.ஜ.ர. ஒரு கவிதையும் எழுதினார் – வறுமையின் கொடுமையைப் பற்றியது அது. அப்போது நடைபெற்ற *ஸ்வராஜ்யா* என்ற பத்திரிகையில் வெளிவந்தது. அதைத் தொடர்ந்து *சுதேசமித்திர*னில் எழுதி வரலானார் என்று தி.ஜ.ர. எழுத்துலகிற்கு வந்த கதையைத் தம்பி சீனிவாசன், தி.ஜ.ர.வின் மணிவிழா மலரில் தெரிவிக்கிறார்.

பல பத்திரிகைகளில் எழுதினாலும், முழுநேரப் பணியாக, பத்திரிகைத் தொழிலை மேற்கொண்டது தஞ்சாவூரில் நடைபெற்ற *சமரச போதினி* பத்திரிகையில்தான். அப்பத்திரிகையில் துணை ஆசிரியராகப் பணியமர்ந்தார். பின்னர் அங்கிருந்து காரைக்குடி *ஊழிய*னுக்குச் சென்றார். *ஊழிய*னில் பணியாற்றியபோதுதான் விடுதலைப் போராட்டத்தில் தி.ஜ.ர. ஈடுபட்டார்.

அந்நியத் துணி விலக்கு இயக்கம் நடைபெற்ற 1920களின் பிற்பகுதியில் தி.ஜ.ர. ஊழியன் ஆசிரியர் ராய. சொக்கலிங்கன் அவர்களுடன் சேர்ந்து காரைக்குடியிலும், தேவகோட்டையிலும் தடை உத்தரவை மீறிப் பொதுக் கூட்டங்களில் பேசினார். சிவகங்கையில் அவ்வாறு தடையை மீறிப் பேசியபோது கைது செய்யப்பட்டார். 11 மாதங்கள் திருச்சிப் பகுதியில் சிறைவாசம் செய்தார் (*மஞ்சரி*, நவம்பர் 1975).

சமரச போதினி, ஊழியன், சுதந்திரச் சங்கு, ஜய பாரதி, ஹனுமான், சக்தி, மஞ்சரி உள்ளிட்ட பல இதழ்களில் உதவி ஆசிரியர், துணை ஆசிரியர், கூட்டாசிரியர், ஆசிரியர் ஆகிய பதவிகளுள் ஒன்றில் அமர்ந்து சேவை செய்துள்ளார்.

மூன்று நாளைக்கு ஒருமுறையே தபால் வரும் குக்கிராமத்தில் கிடைக்கும் பத்திரிகைகளைக் கொண்டே வெளி உலக அறிவைப் பெற வேண்டிய இளமைச் சூழலைப் பெற்றிருந்த தி.ஜ.ர. இவ்வாறு பல பத்திரிகைகளுக்கு ஆசிரியராக அமர்ந்தது, அதுவும் குறைந்த பள்ளிப் படிப்பறிவைக் கொண்டே எனும்போது அவரது கூர்மையான அறிவும், ஆர்வமும், திறமையும் புலப்படுகின்றன. *சமரச போதினி*யில் எழுத்துப் பணியைத் தொடங்கி, *மஞ்சரி*

வரை பத்திரிகையிலேயே வாழ்நாளைக் கழித்த தி.ஜ.ர.வுக்கு அச்சு வேலைத் தொடர்பு சிறிது பரம்பரையாக வந்ததாகத் தெரிகிறது.

தி.ஜ.ரவின் தந்தையார், திருமணமாவதற்கு முன் அதாவது 1900களுக்கு முந்தைய பத்தாண்டுகளில், தாமும் நாலைந்து பிரம்மசாரிகளுமாகச் சேர்ந்து ஒருவகை ஆசிரமம் நடத்தினாராம். அந்த அறுவரும், தொழிலில் ஈடுபட எண்ணித் தொடங்கிய முயற்சி, தஞ்சை குக்கிராமமொன்றில் ஒரு 'கிளி பிரஸ்' ஆக அமைந்தது. கையால் இயக்கும் பழைய நாளைய இந்திரம். தி.ஜ.ர.வின் தந்தை, அச்சுக் கோக்க, மற்றொருவர் அச்சு இயந்திரத்தை இயக்க, இவ்வாறு விஷ்ணு புராணத்தின் ஒரு பகுதியை வெளியிட்டனராம் அந்த இளைஞர்கள் (தம்பி சீனிவாசன், *மணிவிழா மலர்*).

பத்திரிகைகளில் பணியாற்றிய தி.ஜ.ர. அவற்றில் தாம் எழுதிய கட்டுரைகளையும், சிறுகதைகளையும் நூலாக அவ்வப்போது வெளியிட்டு வந்தார். முதன் முதலாக, 'சந்தனக் காவடி' என்ற சிறுகதைத் தொகுதியைத் தம் 37ஆவது வயதில் வெளியிட்டார். அதைத் தொடர்ந்து 'பொழுது போக்கு' என்ற கட்டுரை நூலையும் வெளியிட்டார். தொடர்ந்து நூல்களை, தாம் ஆசிரியப் பணிசெய்த பத்திரிகை காரியாலயம் மூலமாகவும், பின்னர் வேறு பதிப்பகங்கள் மூலமாகவும் வெளியிட்டு வந்தார். இதனிடையில் மொழிபெயர்ப்பிலும் தி.ஜ.ர.வின் திறமை பளிச்சிட்டதால், மொழிபெயர்ப்புகளும் வெளியாயின. படைப்பிலக்கியத்தில் சிறுகதையைத் தாண்டி, தி.ஜ.ர.வின் கை நீளவேயில்லை. அவருடைய காலத்தில் புகழ் பெற்றிருந்த நாவல் வடிவத்தையும் தி.ஜ.ர. தொடவில்லை. கவிதை தவிர, நாவல், நாடக வடிவங்களில் அமைந்த புனைவுகளை அவர் மொழி பெயர்த்துள்ளார். வாழ்க்கையின் இறுதிப் பகுதியில் குழந்தை இலக்கியத்தில் அவர் கவனம் செலுத்தத் தொடங்கிவிட்டார். அதில் குழந்தை எழுத்தாளர் சங்கம் போற்றிப் பாராட்டி, நினைவு வைத்துக்கொள்ளும் வண்ணம் சாதனையையும் புரிந்துவிட்டார்.

அவரது சிறுகதைத் தொகுப்புகளாவன சந்தனக் காவடி, காளி தரிசனம், மஞ்சள் துணி, நொண்டிக் கிளி, விசைவாத்து. கட்டுரைத் தொகுதிகள், பொழுது போக்கு, எப்படி எழுதினேன், எழுத்தும் எழுத்தாளரும், ஆகா ஊஹூ, புகழ்ச் செல்வர், இது என்ன உலகம்?, வளர்ச்சியும் வாழ்வும், மொழி வளர்ச்சி, வீடும் வண்டியும், யோசிக்கும் வேளையில் ஆகியன. மொழிபெயர்ப்பு களும், வாழ்க்கை வரலாறுகளும், குழந்தை இலக்கியமும் மற்ற நூல்கள். அவையாவன: தீனபந்து ஆண்ட்ரூஸ், புதுமைக் கவி

பாரதியார், கூண்டுக்கிளி, அபேத வாதம், அட்லாண்டிக் சாசனம், ஒரே உலகம், லெனின் சரித்திரக் கதைகள், குழந்தைகள் அறிவு, புதுநாள், அற்புதப் பெண், காந்தி வாழ்க்கை, பாப்பாவுக்குக் காந்தி கதைகள், பாப்பாவுக்குப் பாரதி, ரோஜாப் பெண், அலமுவின் அதிசய உலகம், வண்ணாத்திப் பூச்சி, சமர்த்து மைனா, தலைவர் ஜவாஹர், கோயரிங், அரசியல் நிர்ணய சபை, குமாயும் புலிகள்.

தி.ஜ.ர. சீர்திருத்த எழுத்தாளர் வ. ராமசாமி (வ.ரா) அவர்களைக் குருவாகக் கொண்டு, இலக்கிய உலகில் செயல் பட்டவர். அவ்வகையில் வ.ரா.வின் சீர்திருத்தப் போக்கு தி.ஜ.ர.வின் எழுத்துகளில் படிந்தது. எனவே தி.ஜ.ர.வின் இலக்கியம் கலைக்காக என்ற எல்லையைத் தாண்டி, பிரச்சாரத்துக்காகவும் பயன்பட முயன்றது. தி.ஜ.ர. (1901 – 1974) எழுதிய காலப் பகுதி 1923 – 1970 எனலாம். இக்காலப் பகுதியில், தமிழகத்தில், இந்தியா வில், உலகத்தில் நிகழ்ந்த கலை, இலக்கிய, சமுக, அரசியல் நிகழ்வு களில் தி.ஜ.ர. கவனம் செலுத்தினார். அவற்றைப் பற்றிய திடமான அபிப்ராயத்தையும் கொண்டிருந்தார். ஆனால் அவற்றை வற்புறுத்த அவர் முனைவதில்லை என்பதுதான் அவரைப் பற்றிய சித்திரமாகப் பிற்கால வாசகருக்குத் தோன்றுகிறது.

கலைத்துறையில் நாடகத்தின் செல்வாக்குக் குறைந்து திரைப்படக்கலை உருவான காலம் தி.ஜ.ர. காலம். கலையின் வடிவ மாற்றங்களில் ஒன்றான இதுபற்றி தி.ஜ.ர. பேசியிருக்கிறார். இந்த மாற்றத்தை வரவேற்ற தி.ஜ.ர. திரைப்படம் என்ற புதிய கலை வடிவம் எப்படியிருக்க வேண்டும் என்பது பற்றிய சிந்தனைகளையும் முன்வைத்தார். அந்தக் கருத்துகளை வைத்துப் பார்த்தால் தி.ஜ.ர., புதிய வாழ்க்கையை வரவேற்பவராக, வாழ்க்கையின் யதார்த்தத்தைச் சித்திரிப்பதை விரும்புபவராக, போலி வாழ்க்கை, போலிச் சித்திரங்கள் ஆகியவற்றை வெறுப்பவ ராகத் தோற்றமளிக்கிறார்.

அதேபோல இலக்கியத்துறையில் தோன்றிய புதிய இலக்கிய வகைமையான சிறுகதை வடிவத்தை வரவேற்று, அதில் தொடக்க முயற்சிகளைச் செய்தார். சிறுகதையின் உருவம், உள்ளடக்கம், உத்தி முறைகளைப் பற்றித் தமது விருப்பங்களை வெளியிட்டார். அவை தொடக்கக் காலத் தமிழ்ச் சிறுகதை யாசிரியர்களுக்குப் பயன்பட்டதாகச் சிறுகதை வரலாற்று ஆசிரியர்கள் தெரிவித்துள்ளார்கள். 1930களில் தமிழில் தேசிய இயக்கத்தின் விளைவாகப் பத்திரிகைகள் தோன்றின. அந்தப் பத்திரிகைகளிலும் பங்கேற்றுப் பணிபுரிந்திருக்கிறார் தி.ஜ.ர. சமூகத்துறையில், அரசியல்துறையில் ஏற்பட்ட பெண் விடுதலை,

மூட நம்பிக்கையொழிப்பு, பிராமணரல்லாதார் இயக்கம், பொதுவுடைமை இயக்கம், தேசிய இயக்கம், தனித்தமிழ் இயக்கம், இரண்டாம் உலகப் போர், மொழி வழி மாநிலங்கள் அமைப்பு, அதன் விளைவுகள், கிராம நாகரிகம் மாறித் தொழில் வளர்ச்சியால் நகர நாகரிகம் தொடங்குவது, அதன் பக்க விளைவான குடியிருப்பு, போக்குவரத்து பிரச்சனைகளால் நகரம் விழி பிதுங்கி நின்றது, மேற்கின் ஆட்சியால், கருத்து நிலைகளில் ஏற்பட்ட பல்வகையான மாற்றங்கள், அனைத்தையும் தி.ஜ.ர. இலக்கியத்தில் எதிர்கொண்டிருக்கிறார். அவற்றை உள்வாங்கி, செரித்துத் தம் கருத்துகளோடு இலக்கியத்தில் பதிவும் செய்திருக்கிறார்.

அவர்கால வாழ்க்கையின் யதார்த்த பிரதிநிதி தி.ஜ.ர. அவர்கால கிராம மற்றும் நகர வாழ்வின் ஒரு நேர்மையான பிரத்தியட்சமான சாட்சி அவர். அவருடையவை நடுத்தர வர்க்க உயர்சாதி மனோபாவ அனுபவங்கள்.

பிரித்தானிய ஆட்சியால் ஏற்பட்ட கல்வியும், அதன் விளைவாய் மேற்குலகின் அறிவு இந்தியாவில் பரவியதும் இக்காலப் பகுதியின் மனநிலையையே ஒரு குலுக்குக் குலுக்கி விட்டது எனலாம். ஆங்கிலம் கற்ற புதிய தலைமுறை எழுத்தாளர்கள், இந்த மனநிலையில் பாதிக்கப்பட்டனர். கீழை நாடுகளின் கருத்துகளுக்கும், மேற்கு நாடுகளின் கருத்துகளுக்கும் இடையில். ஏற்பட்ட மோதலின் விளைவு எல்லோருக்குள்ளும் பரவிப் பாய்ந்தது. இத்தகைய மனநிலையில்தான் தி.ஜ.ர.வும் இருந்தார்

தி.ஜ.ர.வின் மனம் இக்கருத்துகளுக்கிடையில் ஊசலாடிக் கொண்டே இருந்திருக்கிறது. 1950இல் வெளிவந்த அவரது இது என்ன உலகம்? என்ற நூலில் உள்ள 'அதிசய தர்சனம்' கட்டுரையில் காணக் கிடைக்கும் ஒரு செய்தி, சடங்குகள் பற்றிய அவரது இவ்வகைக் கருத்து ஊசலாட்டத்துக்கு உதாரணமாகிறது. கடவுள் பூசையில் இடம்பெறும் சடங்கு பற்றியது அது. சடங்குகளில் நம்பிக்கையற்றவராகத் தன்னைக் காட்டிக்கொள்ளும் தி.ஜ.ர. இவ்விடத்தில் எழுதுவதைக் கவனியுங்கள்:

> கொஞ்ச காலத்துக்கு முன் ஒரு வீட்டில் ஒரு மடாதிபதி வந்தார். உள்ளே போனார். வாசலில் பெருங் கூட்டம். தாரை ஊதுகிறது. கண்டாமணி, கண கண என்று அடிக்கிறது. கம்பீரமான குரலில் மந்திரத்தை உச்சரித்து அர்ச்சிக்கிறான் ஒருவன். பின்பு ஜல்ஜல் என்று ஜாலா சத்தத்துடன் பாடி ஆடுகிறான் ஒரு சிறுவன். அதன்

பிறகு ஏதோ சுலோகத்தை ஜபித்தார்கள் சிலர். ஆரத்திச் சுடரைச் சுற்றினான் மற்றொருவன். நன்றாக யோசித்துப் பார்க்கும்போது, இந்தச் சடங்குகளில் அர்த்தம் ஒன்றுமே நமக்குப் புரிவதில்லை. ஆனால் அங்கே அந்தச் சமயத்தில் நிற்கும்போது, நம்மையும் அறியாத ஒரு விறுவிறுப்பு நம் நரம்புகளில் துடிதுடிக்கிறது (இது என்ன உலகம்?).

ஒன்று சடங்குகளில் நம்பிக்கை இருக்க வேண்டும் அல்லது சடங்குகளில் நம்பிக்கை இல்லை என்ற நிலை வேண்டும். இரண்டுக்கும் இடையில் ஊசலாட்டம் ஆடுகிறது தி.ஜ.ர.வின் மனம். தி.ஜ.ர.வின் இம்மனநிலையும், இவை போன்ற கருத்து நிலையுமே அவரது இலக்கியத்தில் பிரதிபலிக்கின்றன.

இந்து சமய சாஸ்திரம் பற்றிய அவரது கருத்து நிலையையும் இதேபோல நாம் பார்க்கலாம். மேற்கின் அறிவியல் ஒளி பரவப் பரவ அந்த வெளிச்சத்தில் சாஸ்திரங்கள் மறுபரிசீலனைக்கு உள்ளாயின. அவற்றை விட்டுவிடுவதா? பற்றிப் பரவுவதா என்ற கேள்வி அக்கால மக்கள் மனத்தில் எழுந்தது. அவற்றைப் பற்றிப் பேசுகிறார் தி.ஜ.ர.

"சாஸ்திரங்கள் . . . அந்த அந்தக் காலத்தில் இருந்தவர்கள் அந்த அந்தக் காலத்து நிலைமைகளுக்கும் சந்தர்ப்பங்களுக்கும் ஏற்றபடி சமூகம் முழுவதும் இன்புற்று வாழக்கண்ட பாதைகள் அவை. சாஸ்திரத்துக்கு மனிதன் அடிமை அல்ல; சாஸ்திரந்தான் மனிதனுக்கு அடிமை. பழைய சாஸ்திரம் பயனற்றுப் போகும் போது புதிய சாஸ்திரத்தைச் சிருஷ்டித்துத்தான் ஆகவேண்டும்" ('இது என்ன உலகம்') என்பதே தி.ஜ.ர.வின் சாஸ்திரம் பற்றிய கருத்து. இது ஒரு வகையில் சாஸ்திரத்துக்கு ஆதரவான கருத்து நிலைதான் என்றாலும் அதுபற்றி இவ்வளவு வெளிப்படையாகப் பேச வேண்டிய சூழலைக் கவனத்தில் கொள்ள வேண்டும். எனினும் தி.ஜ.ர.வின் மனஊசல் ஆடிக்கொண்டேயிருக்கிறது.

கடவுள் பற்றிய கருத்து நிலை

"சாதாரண காலங்களிலே நான் ஒரு சம்சயவாதி. ஒரு சமயம் கடவுள் உண்டா இல்லையா? என்று சந்தேகம் கொள்ளுவேன். இன்னொரு சமயம் கடவுளாவது மண்ணாங்கட்டியாவது என்று நாஸ்திக மனோபாவம் கொள்ளுவேன். மற்றொரு சமயம் கடவுள் இருந்தாலும் இல்லாவிட்டாலும் நமக்கென்ன என்ற அலட்சியவாதமும் செய்வேன். வேதாந்த பரமாக அத்வைத நோக்கோடு, நிர்க்குணப் பிரம்மமான ஒரு சூன்யத்தைத் தியானிப்பதும் சில சமயம் என் வழக்கம். காலும் கையுமாக ஒரு

உருவம் பெற்ற கடவுளைப் பற்றி நினைப்பது மட்டும் எனக்குப் பெரும்பாலும் அசாத்தியமாக இருந்தது. ஆனால் அந்த ஜப்பான் காரனின் குண்டு சத்தத்தைக் கேட்ட பிறகெல்லாம் அகுணப் பிரம்மம் ஒன்று கையும் காலும் முளைத்து உருவம்பெற்ற தெய்வம் ஒன்று எனக்கு அவசியமாகிவிட்டது. அடியோடு புகல் அடைய அப்படிப்பட்ட ஒரு தெய்வம் எனக்கு வேண்டியிருக்கிறது. பகவானே! நீ இருந்தாலும் சரி, இல்லாவிட்டாலும் சரி. என்னை மட்டும் காப்பாற்றி விடு! உனக்குக் கோடி புண்யம் உண்டு.'' 'இது என்ன உலகம்' என்ற கட்டுரைத் தொகுப்பில் உள்ள ஒரு பாத்திரத்தின் புலம்பல் இது. ஒருவகையில் இதுதான் தி.ஜ.ரவின் கடவுள் கொள்கையும் எனலாம்.

மாயை

பாரதியாரைப் போல, வ.ரா.வைப் போல, தி.ஜ.ர.வும் 'மாயை'யை மறுக்கும் எண்ணம் கொண்டவரே.

"வாழ்க்கையிலே வெற்றிகாண வகை தெரியவில்லை. செயல் செய்து பலன்காணும் வித்தை தெரியவில்லை. சூழ்ந்துகொண்ட விலங்கை முறித்தெறியத் துணிவு பிறக்கவில்லை. இதனால் எல்லாம் கூனிக்குறுகி உட்காருவதற்கு மனிதன் கண்ட பழியா மாயை? சூன்யத்தின் குழந்தை அல்ல ஞானம். அது கர்மத்தின் பலன். தோல்விகளெல்லாம், துன்பங்களெல்லாம் ஈசுவர லீலை என்பது வெறும் பழி; நாஸ்திகமுமாகும்.''

'இது என்ன உலகம்' என்ற தி.ஜ.ர.வின் கட்டுரைத் தொகுதி யில் 'மாயப் பிரபஞ்சம்' என்ற கட்டுரையில் மாயையை மறுத்து எழுதிய பகுதி மேலே கண்டது. வழிவழி வந்த தமிழ் எழுத்தாளர் கூட்டத்தில் தனி ஒரு கொடியாக ஓடிய பாரதி, வ.ரா. பரம்பரையில் தி.ஜ.ர.வை வைத்துப் பார்க்க மேலே கண்ட பகுதி உதவுகின்றது.

மொழி

பாஷை என்பது என்ன? அதுவே ஒரு பெரிய சங்கேதத் திரள் தானே! பாஷையின் தூய்மையைக் காப்பாற்ற வேண்டியது தான். ஆனால் அதற்காக சின்ன அல்லது கோணல் புத்தி படைத்தவர்கள் போடும் சண்டைக்கெல்லாம் பொருள் கிடையாது. ஜன சமூகத்தில் வேரூன்றிய சங்கேத பலந்தான் பாஷையின் தூய்மை. ஓங்கி வளர்ந்த மரத்தின் தூய்மை அதன் பட்ட கிளைகளை வெட்டி எறிவதிலும் புதிய தளிர்களை ஓம்பி வளர்ப்பதிலும்தான் இருக்கிறது

என்பது தி.ஜ.ர.வின் மொழிக் கொள்கைகளுள் ஒன்று. தனித் தமிழ் இயக்கத்திற்கு எதிரான பார்வையைக் கொண்டவராகத் தி.ஜ.ர. திகழ்ந்தார். எனினும், தாய்மொழிக் கல்வியை ஆதரிப்பவராக, வேறு மொழிகள், அவை இந்திய மொழிகளாக இருக்கட்டும், அந்நிய மொழிகளாக இருக்கட்டும் அவை தாய்மொழியின் இடத்தைப் பிடிப்பதை எதிர்ப்பவராகவே தி.ஜ.ர. திகழ்ந்தார். தாய்மொழியின் வழியாகவே சிந்தனை சிறப்பாக இயங்க முடியும் என்ற அடிப்படையில், மொழி வழி ஆதிக்கம் மக்களைத் தேசப்பற்றிலிருந்து அந்நியப்படுத்திவிடும் என்ற எண்ணத்தில் தி.ஜ.ர. செயல்பட்டிருக்கிறார். இவ்வகையிலும் வ.ரா.வின் சீடராகத் தன்னைக் கருதும் தி.ஜ.ர. அவரைப் பின்பற்றுபவராக, சில இடங்களில் அவரையும் விஞ்சியவராகத் தனித் தோற்றம் கொள்கிறார்.

வாழ்க்கை

தி.ஜ.ர.வின் வாழ்க்கை பெரும்பாலான எழுத்தாளர்களின் வாழ்க்கையைப் போலவே செல்வவளம் அற்ற வாழ்க்கைதான். தி.ஜ.ர.வின் வாழ்க்கையை விளக்க எண்ணிய கி.வா.ஜ. பயன்படுத்திய தொடர் "திருவேறு தெள்ளியராதலும் வேறு" என்ற எழுத்தாளர்களின் வாழ்க்கையை விளக்கவே எழுந்ததோ என்று எண்ண வைக்கும் அந்தத் தொடர்தான்.

தி.ஜ.ர.வின் மனைவி சுந்தரவல்லி மாயவரத்தையடுத்த காழி என்ற ஊரைச் சேர்ந்தவர். தி.ஜ.ர. சுந்தரவல்லி இணையருக்கு மூன்று மகன்களும் மூன்று மகள்களும் இருந்தனர். சீனிவாச வரதன், பார்த்தசாரதி, சேஷாத்திரி ஆகிய மூன்று மகன்களுள் இப்போது பார்த்தசாரதி மட்டும் தம் குடும்ப உறுப்பினர்களோடு சென்னையை அடுத்த திருநின்றவூரில் வசித்து வருகிறார். பங்கஜம், பாப்பா, மஞ்சரி என்ற மூன்று மகள்களுள் சென்னையில் முதலிருவரும், மஞ்சரி பெங்களூரிலுமாக வாழ்ந்து வருகின்றனர். மூன்றாவது மகள் தி.ஜ.ர. மஞ்சரியில் பணியாற்றிய காலத்தே பிறந்ததால் அதன் நினைவாக மஞ்சரி எனப் பெயர் வைத்ததாகத் தெரிகிறது. மூன்றாவது மகனின் பொறுப்பில் நெய்வேலியில் இருந்த சமயம்தான் தி.ஜ.ர. காலமானார். அவர் காலமான ஒருசில மாதங்களிலேயே சர்க்கரை நோயால் பெரிதும் துன்பப் பட்டுக்கொண்டிருந்த மனைவியும் காலமானார். தி.ஜ.ர. வாழும் காலத்திலேயே, அரங்கண்ணல் வீட்டுவாரியத்தில் பொறுப்பிலிருந்தபோது கிடைத்த அரசு வீட்டில்தான் பாப்பா இப்போது மகள்களோடு வசித்து வருகிறார்.

தி.ஜ.ர. எந்த அரசியல் இயக்கத்திலும் சேரவில்லை என்றாலும் காங்கிரஸ் கட்சியின் பேரிலும், காந்தியின் மீதும் மிகுந்த ஈடுபாடு வைத்திருந்தார். எந்தச் சமூக இயக்கத்திலும் தன்னை ஈடுபடுத்திக் கொள்ளவில்லை. 'தன் கடன் பணி செய்து கிடப்பதே' என்பது போல எழுத்து, பத்திரிகை, வீடு என வாழ்க்கையைச் சக்கரமாக அமைத்துக் கொண்டுவிட்டார்.

"தி.ஜ.ர. அடக்கமானவர். தம் திறமையை வெளிப்படுத்தத் தெரியாதவர். அவருடைய வாழ்க்கை அனுபவத்துக்கு எத்தனையோ நண்பர்களைப் பெற்றிருக்கலாம். எத்தனையோ புத்தகங்களை எழுதியிருக்கலாம். வாழ்க்கை வசதிகளைப் பெருக்கிக் கொண்டிருக்கலாம். முந்திக்கொண்டு சென்று நிற்கும் இயல்புக்கும் அவருக்கும் நெடுந்தூரம். அதனால் அவர் ஒரு எல்லைக் கோட்டுக்குள்ளேயே உலவி வந்தார். அவருக்கு மிக மிக நெருங்கிய நண்பர்கள் பலர் இல்லை. அப்படியே கடுமையான பகைவர்களும் இல்லை. ஒருவகையில் அவருடைய மனப்பான்மையைத் துறவியின் மனப்பான்மை என்றே சொல்லாம்" என்று கி.வா.ஜ. *கலைமகளில்* (நவம்பர், 1974) எழுதியது, தெளிவாக அவரது வாழ்க்கை முறையை விளக்கிவிடும்.

எழுத்தாளர்களோடும் நட்புறவு கொண்டு மிக நெருங்கிப் பழகியவர் தி.ஜ.ர. என்று சொல்ல முடியாது என்பதே கி.வா.ஜ.வின் விவரிப்பிலிருந்து தெரிகிறது. எனினும் நண்பர்களாகச் சில பேரை அவர் எழுத்துகளிலிருந்து சொல்ல முடியும். வ.ரா., கு. அழகிரிசாமி, வி.வி. சடகோபன், மஞ்சேரி ஈச்வரன், ந. சிதம்பர சுப்ரமண்யம், சக பத்திரிகைத் தோழர்களாக கி.வா.ஜ., த.நா. சேனாபதி, த.நா. குமாரசாமி, ஆர்.வி. இப்படிச் சிலரைச் சொல்ல முடியும். தொடக்க கால நண்பர்களாகத் திரைப்படத் தயாரிப்பாளரான ஏ.வி. மெய்யப்ப செட்டியார், இவரது நூல்களை வெளியிட்ட பழனியப்பா பிரதர்ஸ் பழனியப்ப செட்டியார் ஆகியோரையும் குறிப்பிட முடிகிறது. பழனியப்ப செட்டியாரைப் பற்றிக் குறிப்பிடும்போது,

> இவர்தான் என்னுடைய பாங்கி, மற்ற பாங்கிகளிளெல்லாம் பணம் போட்டால்தான் எடுக்கலாம். இந்தப் பாங்கில் பணம் போடாமலே எடுக்கலாம்" என்று சிரித்துக்கொண்டே கூறுவாராம். அதிலே ஆழ்ந்த நன்றி கலந்திருக்கும் என்று ஒரு சம்பவத்தை நினைவு கூர்கிறார் தி.ஜ.ர.வின் மற்றொரு நண்பரான அழ. வள்ளியப்பா (*மஞ்சரி*, நவம்பர் 1975).

தி.ஜ.ர.வுக்கு மணி விழா நடந்த சமயம், கலைமகள் அதிபர் நா. ராமரத்னம், ஏ.வி. மெய்யப்ப செட்டியார், பழனியப்ப செட்டியார் ஆகியோர் மிகுந்த பொருளுதவி செய்திருக்கின்றனர்.

குருவாக, வ.ரா.வை எண்ணிப் போற்றிய தி.ஜ.ர. தம் நெருங்கிய நண்பராக மஞ்சேரி ஈச்வரனைக் கருதுவதாகத் தெரிகிறது. மஞ்சேரி ஈச்வரனின் பல ஆங்கிலக் கதைகளைத் தி.ஜ.ர. தமிழில் மொழிபெயர்த்திருக்கிறார். பின்னர் அவை 'கொலுசு', 'சிங்காரி' என்ற பெயர்களில் நூல்களாகவும் வந்தன. 'மஞ்சேரியும்' தி.ஜ.ர.வின் பல கதைகளை ஆங்கிலத்தில் மொழி பெயர்த்ததாகத் தெரிகிறது. திருவல்லிக்கேணியில் வாழ்ந்த காலத்தில் அடிக்கடி இருவரும் கடற்கரைக்கு உலவச் சென்றதைத் தி.ஜ.ர. ஒரு கட்டுரையில் பதிவு செய்திருக்கிறார்.

தி.ஜ.ர.வின் சமகால எழுத்தாளர்கள் தி.ஜ.ர.வை அடக்கத்திற்கு இலக்கணமாகவே பார்த்திருக்கிறார்கள். ஒரு தலைமுறையின் அடையாளமாகவும் அவரைப் பார்த்த எழுத்தாளர்கள் உண்டு.

எழுத்தாளர் கு. அழகிரிசாமி, தி.ஜ.ர.வைச் சாதாரணமாக மற்றவர்களிடம் காண முடியாத அளவுக்கு மிகுந்த எளிமையும் அடக்கமும் பணிவும் கொண்டவராக எடை போடுகிறார். சிறு பையன்களைக்கூட நீ, நான் என்று ஏக வசனத்தில் குறிப்பிடமாட்டாராம். குழந்தைகளோடு குழந்தையாகப் பேசுவார். தமக்குக் கீழே பணியாற்றுகிறவர்களைச் சம அந்தஸ்தில் வைத்து நண்பர்களாகவே நடத்துவார். அதிகாரம், ஆடம்பரம், சுய விளம்பரம், படாடோபம் போன்றவற்றை அவரிடம் மருந்துக்குக்கூடக் காண முடியாது. அவரிடம் உதவி ஆசிரியர்களாகப் பணியாற்றிவர்களும் ஏகலைவனைப் போல் எங்கோ இருந்துகொண்டு அவருடைய எழுத்துகளை வாசித்துத் தமக்கு வழிகாட்டியாய்க் கொண்டவர்களும் தங்கள் குரு என்று உரிமையோடு சொல்லிப் பெருமைப்படுகிறார்கள். இதற்கு அவருடைய எழுத்துகளை மட்டுமின்றி, அவரிடம் பூரணமாக நிறைந்திருக்கும் உத்தமப் பண்புகளையும் காரணமாகச் சொல்ல வேண்டும் *('கு. அழகிரிசாமி கட்டுரைகள்', ப. 425)*.

தி.ஜ.ர. 25 ஆண்டுகள் பணிபுரிந்த *மஞ்சரி* இதழின் பதிப்பாளர், தி.ஜ.ர.வின் அடக்கமான சுபாவத்தையே விதந்து பேசுகிறார்.

> தி.ஜ.ர. எல்லோருக்கும் தெரியும். எப்போதுமே அடக்கமான சுபாவம். மிதமாகத்தான் பேசுவார். பிறர் சொல்வதைக் கவனமாகக் கேட்பார். ஏதாவது சொல்ல வேண்டியிருந்தால்

சுருங்கச் சொல்வார். அது தெளிவாகவும் இருக்கும். எந்தச் சமயத்திலும் குறை கூறிக்கொண்டு என்னை அவர் தேடி வந்ததேயில்லை. எப்போதும் தம் வேலையில் கண்ணும் கருத்துமாக இருந்துதான் பார்த்திருக்கிறேன்.

எப்போதும் புகழை அவர் நாடியதில்லை. அவரது சிறுகதைத் தொகுப்புக்குத் தமிழ் வளர்ச்சிக் கழகத்தின் பரிசு அவரைத் தேடி வந்தது. குழந்தை இலக்கியத்தை வளர்த்தவர் என்ற முறையிலும் தமிழக அரசின் பரிசு கிடைத்தது. நுண்ணிய கருத்துகளைத் தெள்ளத் தெளிய வெளியிடும் ஆற்றல் தமிழ் மக்கள் அறிந்ததே! (*மஞ்சரி*, டிசம்பர் 1972)

தி.ஜ.ர. *மஞ்சரி*யிலிருந்து ஓய்வுபெற்றபோது, அதன் பதிப்பாளர் *மஞ்சரி*யில் எழுதிய குறிப்புகளில் சிறு பகுதி மேலே கண்டது.

பதிப்பாளர் – ஆசிரியர் என்ற உறவில் இத்தகைய பாராட்டு கிடைக்கும்படி பணியாற்றுவது எவ்வளவு கடினம்? தி.ஜ.ர.வின் இயல்பான குணங்களே அவரது வெற்றிக்குக் காரணம். அதே போல *மஞ்சரி*யின் நிறுவனத்திலிருந்து வெளிவரும் மற்றொரு பத்திரிகையான *கலைமகளி*ல் பல காலம் ஆசிரியராகப் பணியாற்றியவரும் *மஞ்சரி*யில் தி.ஜ.ர.வின் கீழ் பல்லாண்டு பணியாற்றியவருமான எழுத்தாளர் கி.வா.ஜ., தி.ஜ.ர. பற்றிப் பேசுவதும் அடக்கம் பற்றித்தான்.

அவருடைய தோற்றத்தில் எந்தவிதமான பொலிவும் இல்லை. அவருடைய ஆடையிலும் பொலிவு இல்லை. அவருடைய பேச்சிலும் படாடோபம் இல்லை. நடக்கும் நடையில் கம்பீரம் இருந்ததில்லை (*கலைமகள்*, நவம்பர் 1974).

இலங்கை எழுத்தாளரும், இலங்கை வானொலி, பி.பி.சி வானொலி ஆகியவற்றில் பணியாற்றியவருமான சோ. சிவபாத சுந்தரம், தி.ஜ.ர.வின் மறைவையடுத்து எழுதிய இரங்கல் குறிப்பு இவ்வாறு சொல்கிறது.

தி.ஜ.ர.வை நினைத்துப் பார்த்தால் கல்லாலிருந்த தக்ஷிணா மூர்த்தியோ என்று கருதத் தோன்றுகிறது. சுயம்புவாக எழுந்த இலக்கிய மூர்த்தி, எழுத்தாளர்களுக்கு எழுத்தாளராயிருந்த ஒரு யோகி, கசங்கிய கதருக்குள் ஒடுங்கிய சிறிய உருவம். வழிபாட்டுக்குரிய எழுத்து வித்துவம் (*நூலகம்*, நவம்பர் 1974).

*மஞ்சரி*யில் தி.ஜ.ர.வுடன் பணியாற்றியவரும், தி.ஜ.ர.வின் ஓய்வுக்குப் பிறகு, அதன் ஆசிரியப் பொறுப்பேற்றவருமான

மொழிபெயர்ப்பாளர் த.நா. சேனாபதி, அவரது பண்பு நலனைப் பற்றிச் சொல்வதும் குறிக்கத்தக்கது.

> அவருடைய (தி.ஜ.ர.வுடைய) பெருந்தன்மைக்கு ஓர் உதாரணம். தாமே எழுதிய கட்டுரையாக இருந்தாலும் என்னிடம் தந்து 'எதற்கும் நீங்கள் ஒருதரம் பார்த்துவிட்டுக் கொடுங்கள்' என்பார். வயதில் பல ஆண்டுகள் இளையவனான என்னை அவர் நீ என்று அழைத்தாலும் தவறில்லை. ஆனாலும் மறந்தும் அவர் அப்படி அழைத்ததில்லை! ஹிந்தி, வங்காளி இன்னும் சில மொழிச் சொற்களின் சரியான உருவத்தை அன்பர் கா.ஸ்ரீ.ஸ்ரீ.யிடமிருந்தோ, என்னிடமிருந்தோ கேட்டு அறிந்த பிறகே எழுதுவார். தமிழிலக்கியம் பற்றிய கட்டுரைகளை, கி.வா.ஜ. அவர்களிடம் காட்டிவிட்டு அச்சுக்குக் கொடுங்கள் என்பார் *(மஞ்சரி,* நவம்பர் 1974).

இத்தகைய அடக்கமும் உயர் பண்பும் அவரை எவரும் மதித்துப் போற்றியதற்கு முக்கியக் காரணம்.

இறுதி நாள்கள்

முதுமையிலும் உழைத்தாக வேண்டும் என்ற குடும்பச் சூழ்நிலையே தி.ஜ.ர.வின் இறுதி நாள்களில் அவரது உள்ளத்தையும் உடலையும் பாதித்துவிட்டது. சென்னையில் வைத்துக் கவனிக்க இயலாது போக, நெய்வேலியில் இருந்த மூன்றாவது மகன் சேஷாத்திரியின் பொறுப்பிலும், நெய்வேலி மருத்துவமனை ஒன்றில் வேலையாய் இருந்த இரண்டாவது மகன் பார்த்தசாரதியின் பொறுப்பிலும் நெய்வேலி மருத்துவமனை ஒன்றில் தி.ஜ.ர. சிகிச்சை பெற்றார். இந்த இறுதிக் காலத்தின் நிலையை எழுத்தாளர் த.நா. சேனாபதி இப்படி எழுதுகிறார்:

> 1974 ஜூலை – ஆகஸ்ட் மாத வாக்கில் அவரது உடல்நிலை சீர்கெட்டுவிட்டது; மறதிக்கு வேறு ஆளானார். இந்திய விடுதலை இயக்கத்தில் சிறை சென்றவர் என்ற முறையில் அவருக்கு மானியத் தொகை வழங்க ஏற்பாடு செய்யும் முயற்சியில் அன்பர் கி.வா.ஜ. அவர்கள் ஈடுபட்டார்கள். மத்திய அரசினர் குறிப்பிட்டபடி சிறை சென்றதற்குரிய சான்றிதழ்கள் குறித்தும் தெரிவிக்க கி.வா.ஜ. (அன்றைய தமிழ்நாட்டு) முதல் அமைச்சர் கலைஞர் மு. கருணாநிதி அவர்களை நேரில் கண்டார். பின்பு செய்யுள் வடிவில் அவருக்கு உருக்கமான முடங்கல் ஒன்றும் தீட்டி அனுப்பினார். முதலமைச்சர் அவர்களுக்கு அன்று உடல்நிலை சரியில்லை. அப்படியிருந்தும் முடங்கல் கண்டதுமே அவர்

முதலமைச்சர் நிதியிலிருந்து ரூ.3000 வழங்கியதோடு விடுதலை இயக்கப் போராட்டத்தில் சிறை சென்ற தியாகிகளுக்கான மானியத் தொகை மாதந்தோறும் தி.ஜ.ர.வுக்கு அளித்திட மத்திய அரசுக்குப் பரிந்துரையும் வழங்கினார்.

எந்த மனித முயற்சிக்கும் பயனின்றி 1974 அக்டோபர் 19ஆம் நாள், தி.ஜ.ர. அமரரானர்.

தி.ஜ.ர. காலமான அதே காலப்பகுதியில் தமிழ்ப் பெருமக்களான ராய. சொ., பி.டி. இராஜன், திருவாசகமணி பாலசுப்பிரமணியம், டாக்டர் மு.வ. ஆகியோரும் காலமானார்கள். இவ்வனைவர் மறைவுக்கும் சேர்த்துப் பொது இரங்கல் குறிப்பைத் 'தமிழ்நாட்டின் இழப்புகள்' என்ற தலைப்பில் எழுதிய *தீபம்* (நவம்பர், 1974) இலக்கிய இதழ் (தி.ஜ.ர. குறித்து) பின்வருமாறு எழுதியிருந்தது:

> தி.ஜ.ர. அவர்களின் மறைவோடு எழுத்துலகின் ஒரு பழைய சகாப்தம் மறைந்துவிட்டது. இப்பெரியார்கள் அனைவரும் தமிழ்நாட்டை வளமாக்கியவர்கள், வாழ்வித்தவர்கள், நல்லவர்கள், இவர்கள் அடுத்தடுத்து மறைந்ததனால் மரண தேவன் மேல் நமக்குக் கோபமேகூட வருகிறது. இந்த உத்தமர்கள் போற்றிய நற்பண்புகளை எதிர்காலத் தமிழ் நாட்டில் வரும் தலைமுறையினர்க்குக் காத்து அளிப்பதன் மூலமே இவர்களைக் கௌரவிக்க முடியும்.

மற்றொரு இலக்கிய இதழான *கணையாழி* (நவம்பர், 1974) ஒரு உருக்கமான இரங்கலை அவரது எழுத்துச் சாதனையையும் மதிப்பிட்டு எழுதியிருந்தது:

> தி.ஜ.ர.வின் வாழ்க்கை சார்லஸ் டிக்கன்ஸின் பாத்திரச் சாயல் கொண்டதாக இருந்தது. பலவிதமான குறைகள், அவதிகள், கஷ்டங்கள் நடுவில் சுறுசுறுப்பு, உற்சாகம், நம்பிக்கை, அறிவுத் தேடல். ஒருவிதத்தில் அவர் ஒரு தலைமுறைப் பிரதிநிதி. காலம் அத்தலைமுறையை அநேகமாக நினைவாகவே மாற்றிவிட்டது, அப்பிரதிநிதிகளை நம்மிடையிலிருந்து அகற்றி.
>
> உரைநடைத் தமிழைச் சக்தி வாய்ந்த வெகுஜனப் பரிமாற்றல் சாதனமாக அமைத்ததில் வெற்றி கண்ட சமகாலத்தினர் தி.ஜ.ர., கல்கி போன்றோர். அவர்களுடைய சாதனை அவர்கள் பத்திரிகை ஆசிரியர்களாகப் பணியாற்றி யதை மிகவும் சார்ந்திருந்தது. ஆற்றல் ஒரே மாதிரியாக இருந்தாலும் வாய்ப்புகள் வெவ்வேறு வகைப்பட்டதாகப்

போயின. உச்சத்திற்குப் போக வேண்டுமானால் *hitch your wagan to a star* என்பார்கள். தி.ஜ.ர. அதைச் செய்யவில்லை.

தீவிர இயக்கத்தோடு, அரசியல் நிலைப்பாடும் கொண்ட *தாமரை* இதழும் (நவம்பர் 1974) இரங்கல் குறிப்பை எழுதியிருந்தது. அதில் ஒரு பகுதி:

> கற்பனை வளமும் எழுத்து வன்மையும் புதுமைக் கருத்துகளும் கொண்டு திகழ்ந்த எழுத்தாளர் வரிசையில் அவருக்கு [தி.ஜ.ர.வுக்கு] முக்கிய இடம் உண்டு . . . தேசபக்த உணர்வுடன் எழுத்துப் பணிபுரிந்து நாட்டு மக்களுக்குச் சேவை செய்த அவர் எளிமையும் அடக்கமும் ஆற்றலும் கொண்ட எழுத்தாளராவார். நூல்களைப் படிப்பதில் பேரார்வம் கொண்ட அவருடன் உரையாடும்போதே அவரது இலக்கிய ரசனை முனைப்பாகத் தெரியவரும். எந்த நூலையும் படித்து கிரகித்து அதன் கருத்தை ரத்தினச் சுருக்கமாக எடுத்து எழுதுவதில் அவருக்கு நிகர் அவரே. அவர் எழுதியுள்ள சிறுகதைகள் மிகச் சிறந்த சமுதாயச் சித்திரங்களாகும்.

யதார்த்தச் சித்திர வார்ப்பையே தி.ஜ.ர.வின் சிறப்பியல்பாகத் ‘தாமரைக்’ குழுவினர் சொல்வதை அவரது இலக்கியத்தைப் படித்தால் நிச்சயம் நம்பலாம்.

எழுத்தாளர் கி.வா.ஜ., *கலைமகளில்* எழுதிய இரங்கலுரை, அவரது பண்புருவின் சித்திரமாகும்.

> ஊதுவத்தி உருவத்தால் பெரியது அல்ல; ஆனால் அதன் மணம் எங்கும் பரவியிருக்கும். அது தன்னை அழித்துக் கொண்டாலும் அறை முழுவதும் அதன் மணம் கம்மென்று வீசும். தி.ஜ.ர. எளிமையின் வடிவம். இலைமறை காய் போல வாழ்ந்த அறிஞர். தெளிவான சிந்தனையும் தெளிவான எழுத்தும் உடைய படைப்புச் செல்வர். அவர் மறைந்து விட்டார். ஆனாலும் அந்த ஊதுவத்தியின் மணம் தமிழ் இலக்கிய உலகில் மணந்துகொண்டே இருக்கும். தி.ஜ.ர.வை நினைக்கும்போது இந்த உவமைதான் சொல்லத் தோன்றுகிறது (*கலைமகள்*, நவம்பர் 1974).

இதேபோல, இன்னொரு இனிய நண்பரான மஞ்சேரி ஈச்வரன், சொல்லும் கருத்து தி.ஜ.ர.வின் இலக்கியம், அவரது வாழ்க்கையின் முழு பிரதிபலிப்பு என்ற எண்ணத்தையே ஏற்படுத்துகிறது. அவர் சொல்கிறார்:

> அவர் [தி.ஜ.ர.] அடக்கம் நிறைந்தவர். தொட்டாற் சுருங்கி. தம் உணர்ச்சிகளை முற்றும் அடக்கியாள்பவர். துன்பத்திலும்

சாவிலும் தீரத்துடன் அனுதாபம் காட்டுபவர். ஒரு கணம் மலைத்து நிற்பவர்; மறுகணம் வெற்றி காண்பார். ஆண்டவன் உண்டோ என்று சந்தேகம் கொள்வார்; அவனைத் தொழவும் தொழுவார். சாந்தம் நிறைந்தவர்; கண்டிப்பும் காட்டுவார். சுருக்கமாய்ச் சொல்லுவார்; அது விளக்கமாய் இருக்கும். கேலி செய்வார்; அதில் பொருள் பொதிந்திருக்கும். களைத்திருப்பார்; மனம் சலிக்கமாட்டார். சகிப்புத் தன்மை, கச்சிதம், எளிமை, சாமர்த்தியம் இவை பொதிந்திருக்கும் அவர் எழுத்திலே. யாரோடும் சேராமல் ஒதுங்கியிருப்பார்; கூடி வாழ்வதில் வெறுப்பில்லாதவர் ('நொண்டிக்கிளி', முன்னுரை).

தி.ஜ.ர.வின் குணச் சித்திரங்களே, அவரது இலக்கியமாக மாறியிருக்கிறது; அதாவது தி.ஜ.ர.வின் வாழ்க்கையே இலக்கியமாகி யிருக்கிறது.

'இந்திய இலக்கியச் சிற்பிகள்' – தி.ஜ.ர. (2004)
நூலின் அறிமுகப் பகுதி.

கு. அழகிரிசாமி (23.09.1923 – 05.07.1970)

'சென்னையில் செய்யுள் கட்டலாம்'

I

குருசாமி அழகிரிசாமியின் இலக்கியத்தோடு ஊடாடிய லௌகீக வாழ்க்கையை நான்கு பகுதி களாகப் பிரித்துப் பார்க்கலாம். இலக்கியத்தின் சகல துறைகளையும் பற்றிய அடிப்படையான கருத்து களைக் கிராமத்திலிருக்கும்போதே தேடிக்கொண்டு விட்டேன் என்று அவர் கருதிய *இடைசெவல் வாழ்க்கை (1923 –1943); பிரசண்ட விகடன், தமிழ்மணி, சக்தி* உள்ளிட்ட பத்திரிகைகளில் பணியாற்றிய *முதல் கட்ட சென்னை வாழ்க்கை (1944 –1952); பத்திரிகையாளராக மலேய வாழ்க்கை (1953 –1957); பல தளங்களில் விகசித்த எழுத்தாளுமையின் இறுதிக்கட்ட சென்னை வாழ்க்கை (1958–1970).*

வீடெல்லாம் கம்மஞ்சோறு சாப்பிடச் செல்லப் பிள்ளையான அழகிரிசாமி மட்டும் (வீட்டுப் பெயர் செல்லையா) பருக்கைச் சோறு (அரிசிச் சோறு) சாப்பிட்ட இடைசெவல் வாழ்க்கை வறுமை நிறைந்தது – ஆனாலும் கருத்துகள் ஊறிய காலம் அது. புண்ணியமும் இல்லை புருஷார்த்தமும் இல்லை என அவரே புலம்பும்படியான சென்னையின் முதல் கட்ட வாழ்க்கை, 24 ரூபாய் சம்பளத்தில் கழிந்தது என்றாலும் பயன்மிக்க தொடர்புகள் அந்த எட்டு வருடத்தில் ஏற்பட்டன. மலேயாவுக்குக் கப்பல் ஏறினேன் எனது இலக்கியப் பிழைப்பும் கப்பல் ஏறிவிட்டது என்று அந்த அயலக வாழ்க்கையை

விவரித்தாலும் குடும்ப வாழ்வின் திசைநோக்கி அவரைத் திருப்பிய திருமணம் நிகழ்ந்தது மலேயாவில்தான். மலேயப் பத்திரிகைக்கு ஆள் தேடியவர்கள் அழகிரிசாமி போல் செல்வச் சீமாட்டியை மணக்க அங்கே வாய்ப்பிருக்கிறது என்று ஆசை காட்டினார்கள் என்று வல்லிக்கண்ணன் எழுதுகிறார். தமிழ்நாட்டு எழுத்தாளர்களை மணக்க, கையில் மாலையோடு பணக்கார வனிதைகள் வரிசையில் நின்று காத்திருந்ததைப் போன்ற சித்திரத்தை ஆள் பிடிப்பவர்கள் கொடுத்திருக்கிறார்கள். அழகிரி சாமியை விடுங்கள். கட்டுமஸ்தான உடல், அதற்கேற்ற உயரம், 'காட்டாள்' என்னும் கவர்ச்சியும் இருந்தது. வல்லிக்கண்ணனிடம் இந்த ஆள் பிடிப்பவர்கள் இப்படிச் சொல்லியிருக்க வேண்டாம். நாடு திரும்பிய அழகிரிசாமியின் இறுதிக்கட்ட சென்னை வாழ்க்கை இலக்கியத்தின் பல்துறை நோக்கி விகசித்தாலும் செலவுக்குக் காசு பற்றாக்குறையாகவே நீடித்தது. நடுத்தர வர்க்க லௌகீக வாழ்க்கை பரதேசம் போய் வந்தும் இப்படித்தான் ஏகதேசம் இருந்தது.

அவரது முதல் கதை உறக்கம் கொள்ளுமா வெளியான *ஆனந்த போதினி*யில் தொடங்கியது கு. அழகிரிசாமியின் இலக்கிய வாழ்க்கை. தேர்வெழுதிப் பெற்ற அரசாங்க வேலையை உதறி எறிந்துவிட்டுச் சென்னை வந்தார் அழகிரிசாமி. அது 1943இன் இறுதி. பிறகு தூத்துக்குடி பெர்னான்டெஸ் நடத்திய *தமிழ்மணி*யில் (1946) சேர்ந்தார். பத்திரிகை முழுவதும் பெர்னான்டெஸே எழுதுவாராம். மிகக் குறைந்த காலமே ஆற்றிய இப்பணியைப் புதுமைப்பித்தன் கேட்டுக்கொண்டதற்காகவே செய்தார். அடுத்து வை. கோவிந்தனின் *சக்தி*யில் ரகுநாதனுடன் இணைந்து ஐந்தாண்டு காலம் (1947–52) பணியாற்றினார். தன் இரண்டு சிறுகதைத் தொகுதிகள் வெளிவந்திருந்த நிலையில் அந்தத் திசையில் தொடர் கவனம் செலுத்தாமல் மலேயாவுக்குச் சென்றது 1953இல். *தமிழ்நேச*னில் வருமானம் நன்றாக இருந்தாலும் தினசரி வேலை அவருக்கு நிறைவைத் தரவில்லை. படைப்பிலக்கியத்தில் ஒன்றும் செய்ய முடியவில்லை என்ற ஆதங்கத்திலேயே தமிழ்நாட்டைப் பார்க்க வந்தவர் மலேயா திரும்பவில்லை. சென்னையில் காந்தி நூல் வெளியீட்டுக் கழகத்தில் வேலைக்குச் சேர்ந்தார் (1958–60). காந்தி நூல்கள் பலவற்றைத் தன் பெயரிலும் மொழிபெயர்த்தார். சில ஆண்டுகளில் அவர் மொழிபெயர்த்தவை மறுபதிப்புகளாகிப் பல ஆண்டுகள் விற்பனையில் இருந்தன. பிறகு *நவசக்தி*யில் ஐந்தாண்டுகள் (1960–65). *தமிழ்வட்டம்* *மலர்* பொறுப்பிலும் ஈடுபட்டார் (1968–69). டி.எஸ். இராமலிங்கத்தைத் தலைவராகவும் வி.எஸ். சுப்பையா, கு. ராஜவேலு ஆகியோரைத் துணைத் தலைவர்களாகவும் கொண்டது *தமிழ்வட்டம்*. அது 1968, 69இல்

இரண்டு சிறப்பான மலர்களைக் கொண்டுவந்தது. இவற்றின் வெளியீட்டில் அழகிரிசாமியின் பங்கு அதிகம். 1970இல் சோவியத் நாடு நிறுவனத்தில் பணியாற்றியபோதுதான் காலம் அவரை இழுத்து அணைத்துக்கொண்டது. 27 ஆண்டுகளில் எட்டு நிறுவனங்கள். சராசரியாக மூன்று ஆண்டுகளுக்கு ஒரு நிறுவனம். அவரது ஓட்டப்பந்தயம் கதை நினைவுக்கு வருகிறது.

திருநெல்வேலி கிராமம் ஒன்றில் வாழ்ந்த எட்டகாப்பட்டி முத்துசாமி என்கிற ஆங்கிலம் தெரிந்த தமிழ் விவசாயியைத் தன் இலக்கிய குரு என்கிறார் அழகிரிசாமி. அவர்தான் ஆண்டன்செகாவை இவருக்கு அறிமுகப்படுத்தியிருக்கிறார். அழகிரிசாமியைத் தூண்டிவிட்டவர் முத்துசாமியைப் போல் இன்னொருவரும் உண்டு. நூல் சமர்ப்பணப் பழக்கத்தை வழக்கமாகக் கொள்ளாத அழகிரிசாமி, முதலாவதாகத் தன் நூல் ஒன்றைக் காணிக்கையாக்கினார் என்றால் அது அமரர் க.வ. கந்தசாமி செட்டியாருக்குத்தான் ('இலக்கியச் சுவை', தமிழ்ப் புத்தகாலயம், 1955). ஊரெல்லாம் அழகிரிசாமியின் ஆங்கிலப் புலமையையும் சித்திரச் சிறப்பையும் கண்டு மயங்கி நின்றபோது அவரது கவிதையாற்றலைக் கண்டுகொண்டது செட்டியார்தானாம். பாரதி போல வருவார் என்று அண்ணாச்சி உறுதியாக நம்பினாராம். அழகிரிசாமிக்குள் இருந்த கவிஞனை அடுத்து கண்டுகொண்டது டி.கே. சிதம்பரநாத முதலியார். 60 வயதில் தான் கலந்துகொண்ட ஊடகக் கவியரங்கு ஒன்றில் 20 வயது அழகிரிசாமியையும் தன்னுடன் பாடவைத்தார் டி.கே.சி. கலைமகள் பத்திரிகையில் எல்லாம் கவிதை வரத் தொடங்கிவிட்டது. இச்சமயத்தில்தான் அழகிரிசாமியின் கவி ஆற்றலை மடைமாற்றி உரைநடைப் பக்கம் திருப்பிவிட்டார் பிரசண்ட விகடன் நாரண. துரைக்கண்ணன் (ஜீவா). இப்படி வந்து சேர்ந்த பத்திரிகைத் துறைதான் அவருக்கு வாழ்நாள் முழுக்கச் சோறிட்டது.

பத்திரிகையாளனுக்கும் எழுத்தாளனுக்கும் உள்ள ஏற்றத்தாழ்வுணர்ச்சி பரிபூரணமாக விளங்கிய காலம் அழகிரிசாமியின் காலம். பத்திரிகைத் தொழிலில் இருந்தாலும் எழுத்தாளனாக மலர்வதையே அழகிரிசாமி நோக்கமாகக் கொண்டிருந்தார். சிறுகதைத் துறையில் கவனம் செலுத்தினார். கைவிட்டுவிடவில்லை என்று சொல்லுவதற்கு இடம் தரும் வகையில் கவிதைகளும் எழுதிவந்தார். பழந்தமிழ் இலக்கியம், தனிப்பாடல்கள், நாட்டுப்புறப் பாடல்கள், பதிப்பு, கட்டுரை, மொழிபெயர்ப்பு என்று அநேகமாக இலக்கியத்தின் எல்லா

வகைகளிலும் ஈடுபாடு காட்டி வந்தாலும் சிறுகதையே அவரது முதல் நோக்கமாக இருந்தது.

'நவீன தமிழ்ப் படைப்பாளிகளில் இவரளவில் பழந்தமிழ் இலக்கிய ஈடுபாடு கொண்ட வேறொருவரைக் குறிப்பிட்டுச் சொல்வதற்கில்லை. கதைகளை விடவும் பழந்தமிழ் இலக்கியம் குறித்து அழகிரிசாமி எழுதியிருக்கும் கட்டுரைகளே எண்ணிக்கையில் அதிகம் எனலாம்' என்று ராஜமார்த்தாண்டன் (*தினமணி*, 1985) ஒரு சமயம் எழுதியிருந்தார். அவருக்கும் புதுமைப்பித்தனைப் போலவே பழைய இலக்கியத்தில் பரிச்சயம் உண்டு. என்ன! அழகிரிசாமிக்கு அதன் மேல் மரியாதையும் உண்டு. 'பழந்தமிழ் இலக்கியத்தை ஏதோ கிள்ளுக்கீரை மாதிரி நினைத்துக்கொண்டு பேசுகிறவர்களும் ஒதுக்குகிறவர்களும் நம்மிடையே இருக்கிறார்கள். ஒரு கம்பரைப் போல், ஒரு வள்ளுவரைப் போல், ஒரு பாரதியைப் போல் சொல்லத்தக்க ஒரு கவிஞன் வேறு எந்த நாட்டிலாவது பிறந்திருக்கிறானா?' என்று ஒருமுறை கேட்டார் அழகிரிசாமி.

கம்பராமாயணத்தையோ திருக்குறளையோ ஒரு சாதாரண மனிதன் படிக்காமல் இருப்பதைப் பற்றிக் கவலை இல்லை. ஆனால் அவற்றைத் தான் படிக்க வேண்டிய அவசியமே இல்லை என்று ஒரு தமிழ் எழுத்தாளனோ, தமிழ்ப் புலவனோ கருதினாலும் வெளிப்படையாகக் கூறினாலும் அவனைத் தமிழனாக மட்டுமல்ல மனிதனாகவுமே நான் கருதமாட்டேன் என்று ஒருமுறை கோபமாக எழுதினார் அழகிரிசாமி (*தீபம்*, 1966).

"என் சிறுவயதிலேயே எனக்குக் கம்பர் கவிதைகளைத் திரும்பத் திரும்பச் சொல்லி அவற்றில் நான் ஈடுபாடு கொள்ளும்படி செய்த என் அன்னைக்கு" எனக் குறிப்பிட்டு, 'கவிச் சக்கரவர்த்தி' (1963) என்ற நாடக நூலை, தன் அம்மாவுக்குச் சமர்ப்பித்திருந்தார் அழகிரிசாமி. இச்சமர்ப்பண குறிப்பு அவரது தாய்ப்பாசத்தைக் காட்டுவதோடு கம்பராமாயணம் மீதான ஆர்வம் சிறுவயதிலேயே தொடங்கிவிட்டதையும் காட்டுகிறது.

'குழந்தைகளை அடிக்கமாட்டேன், கம்பராமாயணத்தின் மீது சத்தியம்' என்று அழகிரிசாமி தன் நாட்குறிப்பில் (31 மார்ச் 1961) சபதம் செய்து எழுதி வைத்திருந்ததைப் படித்தபோது கண்ணில் நீர் கட்டிக்கொண்டது எனக்கு. அம்மா மீது, அப்பா மீது, உயிருக்கு உயிரான குழந்தைகள் மீது, மனைவி மீது செய்யப்படும் சத்தியங்களை இதுவரை பார்த்திருக்கிறேன், கேட்டிருக்கிறேன். பலரும் அறிய பகவத் கீதை மீதான சத்தியங்கள்கூடத் தெரியும். ஆனால் இப்படிக் கூடவா அந்தரங்கமாகப் புத்தகங்களை,

இலக்கியங்களை மோகித்து மதிக்கும் மனிதர்கள் இருப்பார்கள். அழகிரிசாமியின் கம்பராமாயணம் மீதான மதிப்பு அந்தரங்க உணர்வுகளுடன் தொடர்புடையது.

தமிழ் இலக்கியத்தில் அழகிரிசாமிக்கு ஏற்பட்டிருந்த ஆர்வம், இனம், மொழி, அதன் பெருமை சார்ந்து ஏற்பட்டதல்ல. அது மண் சார்ந்து, மக்கள் சார்ந்து பிறந்து பிறகு அதன் கருத்து, அழகு வழியாகப் பரவி இருக்க வேண்டும். அதனாலேயே சங்க இலக்கியப் பெருந்திரட்டுகளில் செல்லாமல் தனிப்பாடல், காவடிச் சிந்து, நாடோடிக் கதைகள் முதலியவற்றில் அவர் கவனம் படிந்தது.

தனிப்பாடல்கள் காலத்தால் மறைந்துவிடும் என்பதை உணர்ந்திருந்த அழகிரிசாமி அவற்றைத் தொகுக்கும் முயற்சியில் சுமார் இருபது ஆண்டு காலம் ஈடுபட்டிருந்தார். இத்தகைய 4000 தனிப்பாடல்களைப் படித்துப் படித்துச் சுவைத்தார். அவற்றிலிருந்து 400 பாடல்களைச் சிறந்தனவாகத் தேர்ந்தார். அதில் 202 பாடல்களுக்கு உரையும் விளக்கமும் எழுதினார். பூரணமான கவியம்சம் நிறைந்தவை, ஓரளவு கவியம்சம் கொண்டவை, நீதிகளை அழகான உருவ அமைப்பிலும் அழுத்த மாகவும் இலக்கியமாகவும் கூறுபவை என்னும் வகையில் இந்தத் தேர்ந்தெடுப்பு அமைந்தது. அவற்றைத் 'தமிழ் தந்த கவியமுதம்' (1962) என்ற நூலாக்கினார். முன்பே 'இலக்கியச் சுவை' (1955), 'இலக்கியத் தேன்' (1957), 'இலக்கிய அமுதம்' (1958), 'இலக்கிய விருந்து' (1958) என்ற இம்முறையில் வெளியிட்டிருந்த நூல்களின் பாடல்கள் கவியமுதத்தில் மீண்டும் இடம்பெறாமல் பார்த்துக்கொண்டார்.

"அழகிரிசாமி தன்னுடைய கவிதை விமர்சனத்தில் ஓரளவுக்கு டி.கே.சி.யின் பாணியைப் பின்பற்றுகிறார். கவிதைக்கு முக்கியத்துவம் தந்து அதை ஒட்டியே விமர்சிக்கிறார், விளக்கு கிறார். எடுத்துக்கொண்ட கவிதைக்கு அப்பாலுள்ளதை ஊரெல்லாம் தேடிக் கண்டுபிடித்துக்கொண்டு கொட்டுவதற்குப் பதில், அந்தக் கவிதையை ஆதாரமாக வைத்துக்கொண்டு தமிழ்க் கவிதையின் சிறப்பான தன்மையை விளக்குகிறார்" என்று க.நா.சுப்ரமண்யம் சொல்வதிலிருந்து இலக்கிய நயம் பாராட்டுவதிலும் பண்டித மரபைப் பின்பற்றவில்லை எனத் தெரிகிறது. நவீன எழுத்தாளர்களும் விரும்பும்வண்ணம் அவரது இந்தத் தமிழ் நூல்கள் அமைந்தன எனலாம்.

வெந்தழலால் வேகாது, தவப்பயன், தேவ ஜீவனம், தன்னையறிந்தவர் போன்ற அழகழகான, சுருக்கமான கதைத் தலைப்புகள் எல்லாம் அப்பயிற்சியின் வெளியே தெரியும்

அடையாளங்கள். இக்காலத் தமிழ் மெய்ப்புத் திருத்துநர்களின் வேகத்தைச் சில இடங்களில் தணித்துவிடுகிறார் அழகிரிசாமி. பயிற்சி அற்ற வாசகனுக்கும் இடச்சூழலில் பொருள் புரிந்துவிடக் கூடிய அவர்காலச் சொற்களைச் சாதாரணமாகப் பயன்படுத்திக் கொண்டு போகிறார். தொந்தம், மடப்பம், திகாந்தம், அகப்பு போன்றன அவற்றுள் சில. கதைகள் சிலவற்றின் நடை கவிதை போலவே இருக்கும். 'நிலவின் மயக்கத்தில் பவழ மல்லிகை மரங்கள் மூர்ச்சித்துக் கிடந்தன. அவ்வப்போது காற்றினால் மெய்சிலிர்க்கும் அந்த மரங்கள் நறுமணத்தோடு உயிர்த்துக் கொண்டிருந்தன' (ஞாபகார்த்தம்). அதேபோல் கதையின் உள்ளடக்கம் தேர்ந்தெடுத்துக்கொண்டது திரிவேணியின் காவிய நடை. இலக்கியமும் ஆன்மீகமும் இசை ஞானமும் கலந்தது அது. இதெல்லாம் இலக்கியப் பயிற்சி இல்லாமல் இயலாது.

புலவர்களின் தனிப்பாடல்களில் செலுத்திய கவனத்தைப் போலவே பெயர் தெரியாத மக்கள் பாடிய நாட்டுப்புறப் பாடல்களிலும் அழகிரிசாமிக்கு ஆர்வம் அதிகம். *சக்தி*யில் ஆசிரியப் பொறுப்பேற்றதும் பிரசுரத்திற்கு நாட்டுப்புறக் கதைகள், பாடல்கள் போன்றவற்றைத் தேடி அனுப்பும்படி வாசகர்களைக் கோரினார். அவற்றைத் தொடர்ந்து வெளியிட்டும் வந்தார். நாட்டுப்புறங்களில் வழங்கும் குட்டிக் கதைகளைத் திரட்டினார். ஊர்க் கிழவிகளைப் பாடச் சொல்லிப் பிரதி எடுத்துக்கொண்டுவந்தார். நாட்டுப்புற இலக்கியத்தில் அவருக்கு இருந்த பயிற்சியையும் புலமையையும் நா. வானமாமலையின் 'தமிழர் நாட்டுப் பாடல்கள்' நூலுக்கு எழுதிய விமர்சனத்தின் மூலம் அறிய முடியும் (*தீபம்*, ஜனவரி 1967). 'கிராமிய இலக்கியம்' (கு. அழகிரிசாமி கட்டுரைகள், 1991) என்ற கட்டுரையும் இத்தகைய புரிதலுக்கு நமக்கு உதவக்கூடியது. இதன் உச்சம் அண்ணாமலை ரெட்டியாரின் 'காவடிச் சிந்து' பதிப்பு. தன் 21ஆம் வயதில் தொடங்கி 'காவடிச்சிந்'தைத் தொகுத்துப் பதிப்பித்து விடுகிறார். இத்தகைய பிரதிகளின் வசீகரம்தான் அவரைத் தமிழின்பால் செலுத்தின. சிறுகதையில் முற்போக்குச் சிந்தனையையும், கவிதையில் பழமையையும் அதிகமாகப் பாராட்டுபவர் என்ற சி.சு. செல்லப்பாவின் விமர்சனத்துக்கு இத்தகைய தமிழார்வமே அடிப்படை.

பேராசிரியர் வையாபுரிப் பிள்ளை செய்ய வேண்டிய கம்பராமாயணப் பதிப்பு வேலையை நவீன எழுத்தாளரான அழகிரிசாமியிடம் ஒப்படைத்தார் 'சக்தி' வை. கோவிந்தன். அதற்கு வேண்டிய இராமாயணப் புலமையும் பதிப்புப் பயிற்சியும் அவருக்கு இருந்தன. *சக்தி* காரியாலயம் 1958இல் 'பாலகாண்டம்', 'அயோத்தியா காண்டம்', 1959இல் 'ஆரணிய காண்டம்',

'கிஷ்கிந்தா காண்டம்' ஆகியவற்றை வெளியிட்டது. சக்தி காரியாலயம் மறைந்ததை அடுத்துத் *தமிழ்ப் புத்தகாலயம்* 1965இல் 'சுந்தர காண்ட'த்தை வெளியிட்டது. அந்தச் செவ்விலக்கியத்தின் பதிப்பு முயற்சிகள், அவரது ஆக்க இலக்கியப் படைப்புகளின் உருவாக்கத்திற்குப் பயன்பட்டிருக்காது என்று எப்படி ஒதுக்கிவிட முடியும்? நடையின் எளிமைக்கு இல்லாவிட்டாலும் செறிவுக்கு உதவியிருக்கும் என்றுதான் படுகிறது. அந்தப் பன்னிரண்டாம் நூற்றாண்டு இலக்கியத்தைப் பதிப்பிக்கும்போதும் சமகால வாசகன் அவர் மனத்தில் இருந்துகொண்டிருந்தான் என்று சொல்ல முடியும். சக்தி காரியாலய இராமாயணப் பதிப்பில் அவனுக்கு உதவும் ஒரு வாசக ஏற்பாட்டைச் செய்திருந்தார்.

"போதிய (கால) அவகாசம் இல்லாத அன்பர்கள் சீக்கிரமாகப் படித்துக் கம்பராமாயணத்தின் சுவையை அனுபவிப்பதற்கு உதவியாக இருக்கும் பொருட்டுப் பல பாடல்களுக்கு நட்சத்திரக் குறிகள் இடப்பட்டிருக்கின்றன. கதைச் சுருக்கத்தை முதலில் படித்துவிட்டு அப்புறம் நட்சத்திரக் குறியுள்ள பாடல்களைப் படிக்கலாம். அவகாசம் கிடைக்கும்போது புத்தகம் முழுவதையும் படிக்கலாம். குறியிடப்பட்ட பாடல்கள் சுவை மிகுந்தவை என்று தேர்ந்தெடுக்கப்பட்டவை" (பதிப்புரை, 'கம்பராமாயணம்', 'பாலகாண்டம்', *சக்தி காரியாலயம்*, 1958). படைப்பிலக்கியத்தின் வெற்றிக்கு அடிப்படையான சமகால நிலை அறிதல் என்னும் அறிவு அவருக்குச் செவ்விலக்கியத்தைப் பதிப்பிக்கும்போதும் செயல்பட்டிருக்கிறது என்பதற்கு நட்சத்திரக்குறிகள் குறிகள்.

19ஆம் நூற்றாண்டின் இறுதிக் கால்பகுதியிலும் 20ஆம் நூற்றாண்டின் தொடக்கப் பகுதியிலும் உருவான இலக்கியங்கள் மீது அழகிரிசாமிக்கு அலாதிப் பிரியம். பிரியம் மட்டுமல்ல பயிற்சியும் உண்டு. அதன் சுவடுகள் கட்டுரைகளில் பளிச்செனவும் கதைகளில் கரந்துறைந்தும் காணப்படும். மறைந்து 40 ஆண்டுகளுக்குப் பிறகும் பலரது மேய்ச்சலுக்குப் பிறகும் அவரது சொந்த நூல் சேகரிப்பில் எஞ்சியிருக்கும் நூல்கள் பின்வருவன எனில் அவர் எவ்வளவு நூல்களைச் சேகரித்தும் பயன்படுத்தியும் இருக்க வேண்டும்! கடிகை நமச்சிவாய புலவர் எழுதிய 'வல்லீ பரதம்' (1880), கோயில்பட்டி யம்.யஸ். கணபதி நாயுடுவின் 'படுகளச் சிந்து' (1895), வேப்பேரி எஸ். அரங்கநாத முதலியார் அவர்களால் பார்வையிடப் பெற்று சென்னை ஜீ.ஆர். பாலைய நாயுடுவால் பதிப்பிக்கப்பட்ட 'கான் சாயபு சண்டை' (1912), ராஜகோபால் நாயுடு பார்வையில் பு. முனிசாமி நாயுடு & பிரதர் பதிப்பித்த 'கான் சாயபு சண்டை' (1928), 'சுடலை மாடன் வில்லுப் பாட்டு' (ஆண்டு விவரம் இல்லை).

அழகிரிசாமியின் வலிமை மிக்க எழுத்துச் செழிப்பில் சொல்ல வேண்டிய இன்னொரு பகுதி அவரது கடிதங்கள். கி. ராஜநாராயணனுக்கும் சுந்தர ராமசாமிக்கும் எழுதிய கடிதங்கள் இதுவரை பிரசுரமாகியுள்ளன. இன்னும் பிரசுரமாகாமல் ஏராளம் உள்ளன. சு.ரா.வுக்கு எழுதியவற்றை 'இதம் தந்த வரிகள்' என்னும் பெயரில் *காலச்சுவடு* (2002) வெளியிட்டுள்ளது. இந்நூலில் சு.ரா. அழகிரிசாமிக்கு எழுதியவையும் உண்டு.

பால்ய சிநேகிதர் கி.ரா.வுடனான கடிதப் பரிமாற்றங்கள் எழுத்தாளராக மலரத் தொடங்கிய 1944–1948 காலத்தவை. காதல் கடிதங்களை நினைவூட்டும் சொற்களைக் கொண்ட அவை அளவில் நீண்டவை. முத்தங்களாலும் பெருமூச்சுகளாலும் வெப்பம் நிறைந்தவை. சென்னை எழுத்தாளர்கள் நட்பையும் பத்திரிகை அனுபவங்களையும் பெரிதுபடுத்திப் பேசும் அவை, இடைசெவல், கோவில்பட்டி உறவுகளில் நிலைகொண்டவை. சிறுகதைகளைப் பொருத்தவரை 'முருங்கை மர மோகினி', 'லைலா மஜ்னூன்', 'ரசவிகாரம்' ஆகிய மூன்று கதைகளைப் பற்றி மட்டுமே அக்கடிதங்களில் பேச்சுகள் உள்ளன. 1947இலேயே கதைத் தொகுதி ஒன்று வெளியிட மும்முரமான, அவசரமான ஏற்பாடு நடந்தது தெரியவருகிறது. (முதல் தொகுதி 1952இல்தான் வெளிவந்தது.) கடிதம் எழுதப்பட்ட காலத்தில் ராஜநாராயணன் எழுத்தாளராக உருவாகவில்லை. எனவே சிறுகதை இலக்கியம் பற்றி அதிக விவரம் இல்லை. ஆனால் அவருக்கு எழுதப்பட்ட உணர்ச்சி குமிழ்விடும் நீண்ட கடிதங்கள் நிச்சயமாக வளரும் கலைஞனுக்கு எழுத்துச் சாதகமாகப் பயன்பட்டிருக்கும் என்பதில் சந்தேகம் இல்லை.

சுந்தர ராமசாமியுடனான கடிதப் பரிமாற்றங்கள் 1958 முதல் 1967 வரையிலான காலத்தில் எழுதப்பட்டவை. இந்நூலில் அழகிரிசாமியின் ஒன்பது கதைகள், சுதேசமித்திரனில் வெளிவந்த நாவல் பற்றிய பிரஸ்தாபங்கள் இடம்பெற்றுள்ளன.

'பாட்டியின் கோபம்' (கிழவியின் லட்சியம்), 'தம்பி ராமையா', 'தாமரை', மே அல்லது ஜூன் 1959இல் வெளிவந்த ஒரு கதை (?), 'இரு சகோதரர்கள்', 'சுயரூபம்', 'காதலும் கல்யாணமும்', 'குமாரபுரம் ஸ்டேஷன்', 'சந்திப்பு', 'ஒருவன் இருக்கிறான்' ஆகிய அழகிரிசாமியின் அச்சமயம் வெளிவந்த கதைகள் பற்றிப் பரஸ்பரம் எழுதிக்கொண்டுள்ளனர். 'தங்களுடைய கதையைப் ('கிழவியின் லட்சியம்') படிக்கிறபொழுது தென்னம் தோப்பிலிருந்து இளநீர் குடிப்பது போலிருக்கிறது. ஆனால் நமது அருமைத் தமிழ்நாட்டு வாசகர்கள் ஷாலிமார் கார்டனில் உட்கார்ந்து பிராண்டியல்லவா குடிக்க ஆசைப்படுகிறார்கள்

(*'இதம் தந்த வரிகள்', 2002, ப. 32*) என்று சு.ரா. ஒரு கடிதத்தில் எழுதியது குறிப்பிடவேண்டியது. அழகிரிசாமியை நாவல் எழுத வேண்டும் என்று சு.ரா. தொடர்ந்து வலியுறுத்துவது ஏன் எனத் தெரியவில்லை. தன் எழுத்துகளைச் சு.ரா. பாராட்டியதை அழகிரிசாமி மிக சந்தோஷமாக ஏற்பதும் இளையவரான சு.ரா. எழுத்தை அவர் வியப்பதும் அழகிரிசாமியின் உயர்ந்த உள்ளத்தையும் இலக்கிய தீவிரத்தையும் முறையே காட்டுகிறது.

தனித்துவமான யதார்த்த நடை அழகிரிசாமிக்கு இயல்பாகவே வாய்த்திருந்தது என்றாலும் அதற்குப் பயிற்சி காரணமல்ல என்று எப்படிச் சொல்ல முடியும்? களவியல் உரையிலிருந்து புதுமைப்பித்தன் கதைகள் வரை 1300 ஆண்டு காலத்தில் தமிழ் உரைநடையை எவ்வாறெல்லாம் புலவர்களும் மற்றவரும் கையாண்டுள்ளனர் என்பதை விளக்கும் ஒரு கட்டுரையைத் *தமிழ்வட்டம்* (1969) மலரில் அழகிரிசாமி எழுதினார். 74 பேரின் வசன நடைகளில் மாதிரிக்குக் கொஞ்சம் கால ஒழுங்கில் கொடுத்திருந்தார். இந்த முயற்சியில் செலுத்திய உழைப்பும் கவனமும் அவரது நடையைப் பாதித்திருக்காதா என்ன?

மேதைகளுக்கோ எழுத்தின் நுட்பங்கள் கூடிவந்த கலைஞனுக்கோதான் அனைத்து தள வாசகனையும் கவரும் வல்லமை சாத்தியப்படுகிறது. அதிலும் குழந்தைகளுக்கு எழுதுவது கடினங்களிலும் கடினம். படைப்புத் திறன்களில் சவாலானது அது. "தழல் காலும் வழி நீலவன்ன மூல அத்துவாக்கள் என்னும் கால்கள் ஆறு உடையதெனக் கண்டு" என்று பெரியவர்களுக்கும், "ஓடி விளையாடு பாப்பா நீ – ஓய்ந்திருக்கலாகாது" என்று குழந்தைகளுக்கும் மகாகவிகளால்தான் பாட முடிகிறது. அழகிரிசாமி 'தேவ ஜீவனம்' கதையையும் எழுதினார். 'மூன்று பிள்ளைகள்' (1962), 'காளிவரம்' (1962) என்னும் சிறுவர்களுக்கான கதைத் தொகுதிகளையும் வெளியிட்டார். சிறுவர்க்கான கதை எழுதுவதைக் *கலைமகளில்* 1942இலேயே ('உராஷிமா – தாரோ') தொடங்கிவிட்டிருந்தார். பிறகு கொஞ்ச வருஷம் சிறுவர்களை அம்போ என்று விட்டுவிட்டார். ஆனால் அழகிரிசாமியின் கதைகளில் குழந்தைகள் நிறைய வருகிறார்கள். அவரது ஆகச் சிறந்த கதைகளில் சிலவான 'அன்பளிப்பு', 'ராஜா வந்திருக்கிறார்' எல்லாம் குழந்தைகள் உலகத்தவைதானே. இவை வயதில் குறைந்த குழந்தைகளின் கதைகள். மற்றவை வயது மிகுந்த குழந்தைகளுக்கானவை. அவ்வளவுதான்.

அழகிரிசாமியின் ஆழ்ந்த எழுத்தாளுமை பிற்காலத்தில் மேடையிலும் வானொலியிலும்கூட விகசித்தது. பி.எஸ். ராமையா

போலவே மேடை நாடகங்கள் எழுதினார். புகழ்பெற்ற சேவா ஸ்டேஜ் குழுவினர், அரங்கேற்றிய கவிச்சக்கரவர்த்தி, வஞ்சமகள், வாழ்வில் வசந்தம், வைகுண்டத்தில் கம்பரும் வால்மீகியும் ஆகியவை அவருக்குப் புகழைத் தேடித் தந்தன. பின்னர் நூலாக வும் சில ஆயின. 'கவிச்சக்கரவர்த்தி' புத்தக வெளியீட்டு விழா 1963இல் மும்பையில் நடைபெற்றது. 'வஞ்சமக'ளைத் தமிழ் எழுத்தாளர் கூட்டுறவுச் சங்கம் வெளியிட்டது (1968). பிற நாடகங்கள் நூலாக வேண்டும். மலேயாவில் இருந்தபோதே பல நாட்டிய நாடகங்களைப் பெரிய அளவில் விளம்பரத்துடன் அரங்கேற்றிய அனுபவம் அவருக்கு இருந்தது. அவருக்கு மிகவும் பிடித்த 'வல்லீ பரதம்', 'முக்கூடற் பள்ளு' (1954) ஆகியவை மேடையேறிய சில பிரதிகள்.

அழகிரிசாமியின் காலத்தில் புகழ்பெற்ற ஊடகங்கள் சினிமாவும் வானொலியும். சினிமாவுக்குள் அவர் நுழையவில்லை. தன் நாவல் ஒன்றைப் படமாக்க வந்தவருடன் ஒரு கசப்பான அனுபவமும் அவருக்கு நேர்ந்திருக்கிறது. தந்திரங்களும் சாமர்த்தியங் களும் மரியாதை வேஷமும் அசடுகளைக் கலைஞர்களாகப் போற்ற வேண்டிய நிர்ப்பந்தங்களும் நிறைந்த சினிமாவுக்குக் கிராமத்துக் கலைஞனான அவர் போயிருந்தாலும் குப்பை கொட்டியிருந்திருக்க முடியாது. ஆனால் 1944 முதற்கொண்டு வாழ்வின் இறுதிவரை வானொலியோடு தொடர்பிருந்திருக்கிறது. டி.கே.சி.யோடு 1944 திருச்சியில் கவியரங்கத்தில் கலந்துகொண்ட அவர், 1948, 1959 ஆகிய ஆண்டுகளில் சென்னை வானொலிக் கவியரங்குகளில் பங்கேற்றிருக்கிறார். 20 வயதிலேயே தமிழகத்தின் பெரும் கவிஞர்களோடு இணையாகக் கலந்துகொண்டது சுடர் விட்ட அவரது இளம் அறிவைக் காட்டுகிறது.

வானொலிக்காக வாஸ்கோடகாமாவின் இந்திய வருகையின் நினைவை ஒட்டிப் 'பரங்கியர் வந்தார்' (1950) என்னும் தலைப்பில் வரலாற்று நாடகம் எழுதினார். பாரதியின் ஞானரதத்தை 'ஞானத்திருமகன்' என்னும் பெயரில் இலக்கிய நாடகமாக்கினார். இவை தவிர 'ஜன்மப் பகை' (நாடகம், 1951), 'சோமயாக பெருங் காவியம்' (பேச்சு, 1951), 'பாரதியின் கோவில்பட்டி வழக்குகள்' (பேச்சு) போன்ற பல தலைப்புகளிலும் அகில இந்திய வானொலியில் அழகிரிசாமி பங்குபற்றியிருக்கிறார். மலேயாவில் பணியாற்றிய காலத்தில் 'கவி இன்பம்' என்ற தலைப்பில் 52 தொடர் சொற்பொழிவுகளையும் வழங்கியுள்ளார். இந்திய–மலேய உறவுகளைக் குறித்து மகுடாபிஷேகம் என்ற உரைச் சித்திரம் ஒன்றையும் ரேடியோ மலேஷியாவில் ஒலிபரப்பியுள்ளார்.

செழுமை மிக்க ஒலிஅலை அனுபவங்களைத் தகுதியாக வைத்து, அகில இந்திய வானொலியில் நிகழ்ச்சித் தயாரிப்பாளராகச்

சேர அழகிரிசாமி தன் இறுதிக் காலத்தில் விரும்பினார். வெளித் திறமையாளர்களைப் பணி அமர்த்திக்கொள்ளும் முறை அப்போது வானொலியில் இருந்தது. இப்படி வானொலியில் பணிபுரிந்தோர்தாம் மீ.ப. சோமு, அ.ச. ஞானசம்பந்தன் போன்றோர். 1967இலும் 1969இலும் இருமுறை அம்முயற்சியில் முறைப்படி ஈடுபட்டார். கல்கி சதாசிவமும் அந்தச் சந்தர்ப்பத்தில் உதவ முயன்றதைத் தீப. நடராஜன் நினைவுகூர்கிறார் (20 செப்டம்பர் 2010, தென்காசி). 1969இல் தில்லியிலிருந்த க.நா.சு.வுக்கு அதன் தொடர்பில் அழகிரிசாமி கடிதம்கூட எழுதினார். மீ.ப. சோமு உதவி வருவதையும் அதில் சுட்டியிருந்தார். அப் பதவிக்கான விண்ணப்பத்தில் வேண்டியிருந்தவாறு தன்னை நன்கறிந்த மூன்று பிரமுகர்களாக மு.வ., பெ. தூரன், கல்கி சதாசிவம் ஆகியோரைக் குறிப்பிட்டிருந்தார். சிறுகதையில் ஆழ்தலை விடுத்து, பொருளாதாரப் பிரச்சனைகளின் துரத்தலில் மேடை, வானொலி என விரிவை நோக்கிப் பயணித்தார்.

கடிதங்களைப் போலவே எழுத்துப் பயிற்சிக்கு உதவும் இன்னொரு முயற்சி மொழிபெயர்ப்புகள். பெரும்பாலான நவீன எழுத்தாளர்கள் மொழிபெயர்ப்பின் வழியாகவே படைப்பு உலகத்திற்குள் நுழைந்திருக்கின்றனர். வ.ரா.வுக்கு யுகல் ஆங்குருவையா என்ற பங்கிம் சந்திரரின் குறுநாவலை மொழிபெயர்த்ததே முதல் இலக்கிய முயற்சி. தி.ஜ.ர. *சமரச போதினி*யில் பலவற்றை மொழிபெயர்த்த பிறகே ‘சந்தனக் காவடி’யை எழுதினார். அழகிரிசாமியும் தன் தொடக்க காலத்தில் சிறுகதைகள் பலவற்றை மொழிபெயர்த்துள்ளார். அந்தவகையில் வெளிவந்த கதைகளில் கிடைப்பவை மூன்று. அவை *பிரசண்ட விகடன்* மற்றும் *ஆனந்த போதினி*யில் வெளியான நிஜாம் எழுதிய ‘லைலா மஜ்னூன்’ (மார்ச் 1946), நத்தானியல் ஹாத்தோர்ன் எழுதிய‘ டேவிட்ஸ்வான்’ (15 ஜூன் 1943), பொக்காசியோவின் ‘ஸிஸபெட்டா’ (14 மார்ச் 1943) ஆகியவை. 1946க்குப் பிறகு சிறுகதை மொழிபெயர்ப்பில் அவர் ஈடுபட்டதாகத் தெரியவில்லை. ஆனால் பல நாட்டுக் குட்டிக் கதைகளையும் ஏராளமாகத் தொடர்ந்து மொழிபெயர்த்து வந்தார். அவை *சக்தி, தீபம், தாமரை, கல்கி* முதலியவற்றில் வெளியாயின. மொழிபெயர்ப்புகள் *தமிழ்ப் புத்தகாலயம்* மூலம் நூலாகவும் (‘பல நாட்டுச் சிறுகதைகள்’, 1961) ஆயின. இந்தப் பயிற்சியை அவரது இலக்கிய காலம் முழுவதும் மேற்கொண்டு வந்தார்.

புனைவுகளைத் தவிர அல்புனைவுகளையும் அழகிரிசாமி தமிழுக்கு மாற்றியுள்ளார். அவரது வாழ்வு முழுவதும் இது நடந்தது எனினும் பொருளாதாரம் சிரம திசையிலிருந்த 60களில் மிகுதி.

காந்தி, இராஜேந்திர பிரசாத் உள்ளிட்ட இந்தியத் தலைவர்களின் சில படைப்புகளையும், கார்க்கி போன்ற உலக இலக்கியவாதிகளின் சில படைப்புகளையும் அவர் மொழிபெயர்த்தார். இந்தவகையில் பத்துக்கும் மேற்பட்ட நூல்கள் வெளியாயின. இவை நிறுவன ரீதியாகவும் பொருளாதாரத் தேவைக்காகவும் இணக்கமான நல்லுறவுக்காகவும் செய்யப்பட்டவை. கார்க்கியின் நூல்களைத் தவிர மற்ற அல்புனைவுகள் பிற்கால வாழ்வில் ஆக்கம் பெற்றவை. மொழிபெயர்ப்புகள் வழிபெற்ற மொழி அறிவின் தாக்கம் அவரது பிற்காலக் கதைகளில் கூர்மையாகக் கவனித்தால் தெரியவரும்.

அழகிரிசாமிக்குப் பாரதி மீது மரியாதை; புதுமைப்பித்தன் மீது தேவதா விசுவாசம். பாரதியின் மீதான மரியாதை வ.ரா.வைப் போல அளவற்றும் பெருகியது. தாகூருக்கு இணையாகப் பாரதியைக் கருதலாமா என்ற கேள்விக்கு அவர் கோபம் பொங்கச் சொன்ன பதில் பின்வருவது:

> பக்தி, காதல், சோகம் இந்த மூன்று ரஸங்களையும் தவிர மற்ற எந்த ரஸத்திலும் ஒரு நாலடிச் செய்யுள்கூட இயற்றியதாக, இயற்றும் கவித்வம் உடையவர் என்று எந்த அறிகுறியும் காட்டாத தாகூருக்குப் பாரதியின் ஸ்தானத்தை, நவரஸங்களையும் இணையின்றிக் கையாண்டு மகத்தான வெற்றிபெற்றுள்ள பாரதியின் ஸ்தானத்தைத்தான் கொடுக்க முடியாது" [என்று மட்டையைத் திருப்பிப் போட்டார்] "இதுவரையிலும் ஆங்கிலத்தில் வெளிவந்துள்ள தாகூரின் நூல்கள் அனைத்தையும் படித்துவிட்டுத்தான் பாரபட்சமின்றி நடுநிலைமையிலிருந்து நான் கண்ட இந்த உண்மையைக் கூறுகிறேன் [தெரிந்து சொன்ன உண்மை!]

பாரதியைப் பற்றிய தனித்துவ பார்வை கொண்ட ஐந்துக்கும் மேற்பட்ட நல்ல கட்டுரைகளை அழகிரிசாமி எழுதியுள்ளார். பாரதியின் பாடல்களில் கோவில்பட்டி சொல் வழக்குகள் பயின்றுவருவதைப் பற்றிய கட்டுரை வித்தியாசமானது. அனைத்திந்தியத் தமிழ் எழுத்தாளர் பெருமன்றத்தின் சென்னை உறுப்பினரான அவர் 'வீட்டுக்கு வீடு பாரதி' திட்டத்தின் 100ஆவது படத்திறப்பு விழாவில் (30 ஜூலை 1966) வாழ்த்துரை வழங்கியுள்ளார். பாடவும் தெரிந்த அழகிரிசாமியின் குரலை நிகழ் தலைமுறையினர் கேட்டிருக்க வாய்ப்பில்லை. 1970இலேயே காற்றில் கரைந்துவிட்ட மெல்லோசை அது. என்னிடமுள்ள அழகிரிசாமியின் குரல் பதிவு பாரதியைப் பற்றிப் பேசியது.

அழகிரிசாமிக்கு ஆசியாவின் ஜோதி புதுமைப்பித்தன்தான். அவர் மறைந்தபோது தினசரியில் அழகிரிசாமி எழுதிய இரங்கல் குறிப்பின் தலைப்பு 'ஆசியாவின் ஜோதி மறைந்தது'. இலக்கியத்

துறையில் தலைசிறந்தவர், விதிவிலக்கானவர் என்ற பேச்சு வரும்போதெல்லாம் அவரது மனக்கண் முன்பு வந்து நிற்பவர் புதுமைப்பித்தனே. புதுமைப்பித்தன் சொன்னவை (*எழுத்து*, இதழ் 7), புதுமைப்பித்தனும் இளம் எழுத்தாளர்களும் (*சாந்தி*, ஜூலை 1955), மலேயா படைத்த புதுமைப்பித்தன் நினைவு மலர் (*எழுத்து*, இதழ் 18) என்று புதுமைப்பித்தன் பற்றியும் அழகிரிசாமி எழுதியுள்ளார். அவருக்கு இணை யாருமில்லை என்பது இவர் அபிப்பிராயம். புதுமைப்பித்தனின் இலக்கியம் தமிழ்நாட்டு வசன இலக்கியத்தின் சொத்து. அவர் வசன இலக்கியத்தின் மன்னர் என்பது, சிறுகதையில் ஆசியாவின் ஜோதி என்பதைப் போல அழகிரிசாமியின் மற்றொரு முடிவான தீர்மானம்.

வ.ரா.வின் நூல் மூலம் பாரதியின் பிம்பம் உருவானது போல இன்று தமிழ்நாட்டில் உலவும் புதுமைப்பித்தன் பற்றிய மனப்பிம்பத்தை உருவாக்கியது ரகுநாதனின் புதுமைப்பித்தன் வரலாறு என்பதில் சந்தேகம் இருக்கமுடியாது. அதில் அழகிரி சாமிக்கும் பங்கு உண்டு. அந்த நூலில் விவரிக்கப்படும் நிகழ்ச்சி களுள் பல ரகுநாதன், அழகிரிசாமி, புதுமைப்பித்தன் கூட்டுறவில் நிகழ்ந்தவை. 'டார்வின் பரிணாமத் தத்துவப்படி தோன்றிய முதல் குரங்கே தமிழ்க் குரங்கு என்று சொன்னால்தான் நம்மவனுக்குத் திருப்தி' என்பது உட்பட புதுமைப்பித்தனின் புகழ்பெற்ற வாசகங்கள் பல அழகிரிசாமி, ரகுநாதன் ஆகியோருடனான உரையாடலில் பிறந்தவைதாம்.

ரகுநாதனின் அந்நூலில் இடம்பெறாத நிகழ்ச்சி என்று குறிப்பிட்டு அழகிரிசாமி எழுதியவற்றுள் பின்வருவது ஒன்று.

> கதாசிரியரல்லாத ஒரு நண்பர் வீட்டில், அந்த நண்பர், புதுமைப்பித்தன், ரகுநாதன், நான், கதாசிரியரல்லாத வேறு யாரோ ஒருவர் – இத்தனை பேரும் பேசிக்கொண்டிருந்தோம். பேச்சின் நடுவே புதுமைப்பித்தன் சொன்னார். "தமிழ்நாட்டில் இன்று யாருக்கு ஐயா கதை எழுத வருகிறது. நம் மூன்று பேரைத் தவிர்த்து?"
>
> அரை நிமிஷம் மௌனமாக இருந்தார். பிறகு கடகட என்று சிரித்துக்கொண்டு, "நம் மூன்று பேர் என்று தாட்சண்யத்துக்காகத்தான் சொல்லுகிறேன், என்னைத் தவிர்த்து யார் கதை எழுதுகிறார்கள்?" என்று கேட்டார்.
>
> எல்லோரும் விழுந்து விழுந்து சிரித்தோம்.

புதுமைப்பித்தன் – அழகிரிசாமி மதிப்பு நெருக்கமே அவரை விழுந்து விழுந்து சிரிக்கவைத்திருக்கும். அவர்கள் உறவு மனமொத்தது. இல்லையெனில் என்னதான் 17 வயது இளையவ

ரானாலும் படைப்புப் பெருமிதம் கோபப்பட வைத்திருக்கும். கோபப்பட இயலவில்லை என்றால் அமைதியையாவது காத்திருப்பார். மேலும் தாட்சண்யத்துக்காக என்று அரைநிமிட மௌனத்துக்குப் பிறகு கிண்டலடித்தாலும் தாட்சண்யத்தில் மட்டும் பிறந்ததல்ல புதுமைப்பித்தனின் வாசகம்.

அழகிரிசாமியை முதன்முதலில் புதுமைப்பித்தனுக்கு அறிமுகப்படுத்தியவர் “இவர் அழகிரிசாமி, உங்கள் சிஷ்யர்” என்று கூறினாராம். “சிஷ்யனென்று சொல்லாதீர்கள். சிஷ்யன் என்றால் மேல் வீடு காலி என்று அர்த்தம். நண்பரென்று சொல்லுங்கள்” என்று அறிமுகப்படுத்தியவருக்குப் பதில் கொடுத்தாராம் புதுமைப்பித்தன். ‘இவர்கள் இருவரும் என் எதிர்கால நம்பிக்கைகள்’ என்று ஒரு சமயம் புதுமைப்பித்தன் பெருமையுடன் குறிப்பிட்ட இருவருள் ஒருவர் அழகிரிசாமி. ‘வெந்தழலால் வேகாது’ என்ற அழகிரிசாமியின் கதையைக் *கலைமகள்* பத்திரிகைக்குப் புதுமைப்பித்தனே கொண்டு சென்று வெளியிடச் செய்ததும், புதுமைப்பித்தனும் ரகுநாதனும் சேர்ந்து கட்டிய கற்பனைக் கோட்டையான சோதனை பத்திரிகையில் அழகிரிசாமியையும் அவர்கள் இணைத்துக்கொண்டதும் அவரது இலக்கியத் திறனைப் புதுமைப்பித்தன் மதித்ததன் வெளிப்பாடே தவிர மாவட்டப் பற்றோ, மற்றெந்தப் பற்றோ அல்ல. குறைந்த காலமேயானாலும் புதுமைப்பித்தனோடு நெருங்கிப் பழகியிருக்கிறார்.

இரட்டைப் புலவர்களாக அழகிரிசாமியும் ரகுநாதனும் பல கவியரங்குகளில் கலந்துகொண்டுள்ளனர். குறிப்பாகக் கோவை எழுத்தாளர் மாநாடு, *சக்தி* போன்ற இதழ்களிலும் இருவரது இத்தகைய கவிதைகள் வெளிவந்துள்ளன. இருவரும் சேர்ந்து எழுதுவதாகக் ‘கட்டபொம்மு’ என்று ஒரு நூல் விளம்பரம்கூட வெளிவந்துள்ளது.

கவிதை, சிறுகதை, கட்டுரை, நாடகம் (நாட்டிய நாடகம், வானொலி நாடகம், மேடை நாடகம்), மொழிபெயர்ப்பு என இலக்கியத்தின் பல் வகைகளிலும் எழுதிய அழகிரிசாமி, நாவல்கள் சிலவற்றையும் எழுதினார். அவரைச் சிறுகதைச் செல்வர் எனக் கொண்டாடும் இலக்கிய வரலாறு, நாவல் வகையில் முயன்று தோற்றவராகவே பதிவுசெய்துவைத்துள்ளது. ‘டாக்டர் அனுராதா’, ‘புது வீடு புது உலகம்’ இப்படிப் பல நாவல்களை எழுதினார். கு. அழகிரிசாமி எழுதிய ‘ஏமாந்தவள்’ என்னும் உள்ளத்தை உருக்கும் நாவல் ஒன்று ஸ்வர்ணா பிரசுரமாக அக்டோபரில் வெளிவருகிறது’ என்று ஒரு விளம்பரத்தைக்கூடக் ‘காதல்போட்டி’ நூலில் பார்த்தேன். அந்த நாவல் வெளிவந்ததாகத் தெரியவில்லை.

விதவிதமான இலக்கிய வடிவங்களில் எழுதினாலும் கதைகளே அழகிரிசாமிக்கு மனத்திருப்தியை அளித்தன. அதுபோலச் சென்னையில் கால்பதித்து மலேயா, இலங்கை என்று உலகம் சுற்றினாலும், அவர் மனம் இடைசெவலில்தான் வாழ்ந்தது. கிராமியம் என்று வரும்போது அழகிரிசாமியின் எழுத்தில் அளவு மீறிய தெளிவும் உறுதியும் மன அன்பும் கூடிவருவதைக் கரிசல் கதைகளிலும் கட்டுரைகளிலும் உணர முடிகிறது. பன்முகத்தில் இந்த முகம் கால ஓட்டத்தில் இன்னும் விகசித்திருக்கும். ஆனால் அதற்குள் கண் மூடிவிட்டது.

II

"புதுமைப்பித்தன் தோன்றிய பரம்பரையில் பூத்த நறுமலர்" என அழகிரிசாமியை அறிமுகப்படுத்துகிறது *முல்லை (1946)*யின் ஒன்பதாவது இதழ்.

'புதுமைப்பித்தன், கு.ப.ரா., மௌனி, பிச்சமூர்த்தி இவர்களுடன் உடன் வைத்துப் பேசக்கூடிய தகுதி வாய்ந்தவர் கு. அழகிரிசாமியும். சொல்லப்போனால் இக்குறிப்பிட்ட ஆசிரியர்களின் சாயை அழகிரிசாமியின் கதைகளில் ஒரு நூதன ரூபம் எடுத்திருக்கின்றன என்று சொல்ல வேண்டும். இவர்கள் அனைவரிடமிருந்து தனித்து விலகி நிற்கும் ஒரு பண்பும் கலைத்திறனும் அவருடைய கதைகளுக்கு உண்டு' என்று டி.கே. துரைஸ்வாமி (நகுலன்தான்) 1961இல் எழுதினார்.

'தி. ஜானகிராமன், லா.ச. ராமாமிருதம் இவர்களுடன் சேர்த்து அழகிரிசாமியையும் சொல்லி மூவரும் இந்தத் தலைமுறையின் சிறந்த கதாசிரியர்கள் என்று போற்ற எனக்குத் தோன்றுகிறது' என க.நா.சு. 1966இல் குறிப்பிட்டார்.

இவற்றிலிருந்து புதுமைப்பித்தனுக்கு அடுத்த தலைமுறை எழுத்தாளர்களில் மிகச் சிறந்தோர் பட்டியலில் ஒருவர் என்பதாக அழகிரிசாமி பற்றிய மதிப்பீடு சக எழுத்தாளர்களுக்கு இருந்திருக்கிறது என்று முடிவு செய்யலாம். புதுமைப்பித்தனுக்கு அடுத்த தலைமுறை எழுத்தாளர்களில் முதல் வரிசையில் காலத்தாலும் தகுதியாலும் நிற்கும் அழகிரிசாமியை அவரைப் போல் மேதை என்று சொல்ல முடியாவிட்டாலும் நுட்பங்கள் கூடிவந்த அறிவார்ந்த பெரும் கலைஞன் எனச் சொல்லலாம்.

நூற்றுக்கும் மேற்பட்ட சிறுகதைகளும் இருநூற்றுக்கும் மேற்பட்ட கட்டுரைகளும் இருபதுக்கும் மேற்பட்ட பல்வகை நூல்களும் அழகிரிசாமியின் கலைத் திறனையும் கடும் உழைப்பையும் கூர்த்த மதியையும் பரந்த பார்வையையும் நிரூபித்துக்கொண்டு மேற்கண்ட அபிப்பிராயத்தை உறுதிசெய்கின்றன.

'மீண்டும் வந்த மணிக்கொடியின் கடைசி கொழுந்துகளில் ஒருவர் கு. அழகிரிசாமி' என்பது கா.சிவத்தம்பியின் கருத்து. (மணிக்கொடியில் ஒரு கதையும் எழுதாமலே கொழுந்தாகி யிருக்கிறார் அழகிரிசாமி.) தொடர்ந்து அழகிரிசாமியின் கதைகளை விவரிப்பவர் 'பாத்திரங்களை எடுத்துக் கூறும் முறையிலும் சம்பவங்களை விளக்கும் நகைச்சுவைத் திறனிலும், யதார்த்த வாழ்வின் அடித்தளத்தில் காணப்படும் மனிதாயத நிலைகளை எடுத்துக் காட்டும் சிறப்பிலும் அழகிரிசாமிக்கு இன்றைய சிறுகதை உலகில் இணை எவருமில்லை' ('தமிழில் சிறுகதையின் தோற்றமும் வளர்ச்சியும்', 1967, ப.109) என்று முதலிடத்தில் அவரை வைக்கிறார்.

சக படைப்பாளிகளிடையே நல்ல பெயர் வாங்குவது எவ்வளவு கடினமோ அதே அளவு கடினம் விமர்சகர்களிடம் பெறுவது. சம காலத்தில் இரண்டு பேரிடமும் அழகிரிசாமி நல்ல பெயர் பெற்றிருந்தது வியப்பு. அதைவிட ஆச்சர்யம் தருவது அவரது கதைகள் அலசப்பட்டிருக்கும் ஆழம்.

அழகிரிசாமியின் கதைகளில் பிரதானமாக மூன்று அம்சங் களை அவதானிக்கிறார் க.நா.சு.

அவர் குரலை உயர்த்தாது கதை சொல்லிக்கொண்டு போகிற பாணி. இதற்கு அவருடைய தமிழ்நடை ஒரு காரணமாக அமைகிறது என்று சொல்லலாம். வாசகன் கவனத்தை உபமானங்களாலே பளிச்சென்று எழுதியோ நடையில் மட்டும் கவனம் செலுத்தும்படிச் செய்வதில்லை அழகிரிசாமி.

இரண்டாவதாகக் கதை என்று எழுதினாலும்கூட அதற்கு ஒரு பயன், நோக்கம், ஒரு (அகன்ற, ஆழ்ந்த அளவில்) நீதி இருக்க வேண்டும் என்று நினைப்பவர் அவர் என்பதும் புலனாகும்.

மூன்றாவதாகவும் ஒன்று சொல்லலாம் – உத்தி பிரயோகங்களில் அதிக கவனம் செலுத்தாமல் சொல்ல வந்த கதையை நேராகச் சொல்லிவிட வேண்டும் என்று முயல்பவர் என்றும் சொல்லலாம். மனோதத்துவம், குடும்ப வாழ்வு, நட்பு, குழந்தைமை இவைதான் முக்கியமாக அழகிரிசாமி கையாளும் கருத்துகள். இவற்றை முற்போக்கு என்று எல்லோரும் மேலெழுந்தவாரியாக ஏற்றுக் கொண்டுவிடக்கூடிய ஒரு மெருகுடன் சொல்லிவிடுவார் (இலக்கிய வட்டம், ஜனவரி 1964).

அதேபோல, அழகிரிசாமியின் எழுத்துகளைத் தொடக்க காலத்திலேயே நகுலன் ஆழமான பார்வையுடன் விமர்சித் துள்ளார்.

என்னுடைய உணர்வில் இந்த இரு கதைத்தொகுதிகளை ('சிரிக்கவில்லை', அழகிரிசாமி கதைகள்) இன்று மூன்றாவது முறையாகப் படிக்கும்போது வட்டமிடும் உணர்ச்சி என்னவென்றால் அவர் கதைகளில் காணப்படும் ஒரு நூதனமான 'நகைச்சுவை' என்று சொல்ல வேண்டும். இதை விளக்கமாகச் சொல்லப்போனால் அவருடைய கதைகளுக்கெல்லாம் அர்த்தம் கொடுப்பது ஒரு தனிவிதச் சிரிப்புத்தன்மை. ஆனால் அவரை நாம் ஒரு பொழுதும் ஒரு நகைச்சுவை ஆசிரியராகச் சாதாரண அர்த்தத்தில் கருத முடியாது. ஒரு மேல்நாட்டு ஆசிரியர், ஆனந்த பாஷ்யத்தின் அடித்தளத்தில் நாம் துக்கக் கண்ணீரின் உலர்ந்த சுவட்டைக் காணலாம் என்று சொன்னார். அந்த அர்த்தத்திலும் நாம் அழகிரிசாமியின் நகைச்சுவைக்கு வியாக்கியானம் அளிக்க முடியாது. இதைச் சற்று வார்த்தைகளில் விவரிப்பது கடினம்தான் (எழுத்து, அக்டோபர் – நவம்பர் 1961).

நகுலன் வியந்துபோய்த் தவிப்பது நூற்றுக்கு நூறு உண்மை. பெரும்பான்மையான கதைகளில் அந்தக் கிண்டல்... அது கிண்டல் அல்ல; அந்தக் கேலி... அது கேலியும் அல்ல; சிரிப்பா... சந்தோஷமா... அவையும் இல்லை... இனம் சுட்டிவிட முடியாத ஒரு நகைச்சுவை(?) மிதந்துகொண்டே இருக்கிறது, எழுத்திலும் வாசகன் மனத்திலும்.

"தனித்தனியாக இந்தக் கதைகளைப் [அழகிரிசாமியின் கதைகளை] படித்துப் பார்த்தபோது அவை அப்படி ஒன்றும் பிரமாதமானவையாகத் தோன்றவில்லை. ஆனால் சேர்த்துப் புஸ்தக ரூபத்தில் ஒன்றன் பின் ஒன்றாகப் படிக்கும்போது சங்கீத ரஸிகர்கள் சொல்கிறார்களே அதுபோல 'ஐயோ' என்றிருக்கிறது. எப்படித்தான் இந்தச் சிறுகதையாசிரியர் இப்படி எல்லாம் எழுதினாரோ? என்றிருக்கிறது" என்று க.நா.சு. இன்னொரு சமயம் வியந்து எழுதினார்.

அழகிரிசாமியின் கதைகளை மொத்தமாகப் படிக்கும்போது கிடைக்கும் அனுபவம் தனித்தனியாகப் படிப்பதைவிடவும் கூடுதலானது. சில கதைகளில் தொடர்ச்சி இருப்பது போலவும் தெரியும். அழகம்மாளும் தாயம்மாவும் பாலம்மாவும் ஒருவரல்லவா என்று தோன்றும்.

'சிறந்த முறையில் கதைகளைப் படைக்க வேண்டும் என்று வரிந்து கட்டிக்கொண்டு சிரமத்தோடு சிருஷ்டிக்கப்பட்டவைகளாக

அழகிரிசாமியின் கதைகள் தோன்றுவதில்லை' என்ற (*சரஸ்வதி*, செப்டம்பர் 1959 இதழில் 'காலகண்டி நூல்') விமர்சனம் அவரது எல்லாக் கதைகளுக்கும் பொருந்தக்கூடியது.

'கதையை எளிமையாக, நேரடியாக, வார்த்தை பந்தலோ அலங்காரச் சொல் வளமோ இல்லாமல் சாதாரணமாக உபயோகத்தில் இருக்கிற வார்த்தைகளைக் கொண்டும் வாக்கிய அமைதியைப் பின்பற்றியும் இயல்பாகச் சொல்லிச் சித்திரம் எழுப்பும் ஒரு வர்ணனை முறை, நடை அழகிரிசாமியின் கதைகளில் காண முடிகிறது. அழகிரிசாமியின் கதைகளின் பலமே இதில் அடங்கி இருக்கிறது'. இது *எழுத்து* (செப்டம்பர் 1959) வின் விமர்சனம்.

க.நா.சு., நகுலன், சி.சு.செல்லப்பா எல்லோருமே கதைசொல்லலில் இருக்கும் சிறப்புகளையே எளிமை, நேரடி என்றெல்லாம் புகழ்ந்து கொண்டிருப்பதைக் கவனிக்கலாம். உள்ளடக்கம் சார்ந்து எதுவும் சொல்லாததையும் கவனிக்க வேண்டும். அதைத்தான் சொல்லியிருக்கிறார்களே . . . என்று யாராவது சொன்னால் அது எதுவாக இருக்கும்? சொல்லவந்ததைக் குரல் எழுப்பாமல் சொல்கிறார் என்பதாகத்தான் இருக்கும். உள்ளடக்கத்தைப் பற்றி அவர்கள் பேசாதது இலக்கிய அரசியல் சார்ந்த விஷயம்.

'கதை மலரில் (*தாமரை*, ஜூலை இதழ்) நான் படித்தவைகளில் கு. அழகிரிசாமி கதையும், டானியல் கதையும், பிராயசித்தம் கதையும்தான் சிறப்பு என்ற முத்திரையிட்டுச் சொல்லுமளவு பிடித்திருக்கிறது' என்று ஆ. மாதவன் அழகிரிசாமியின் ('தேவ ஜீவனம்') கதையைக் குறிப்பிட்டுப் பாராட்டியிருந்தார். சாதா ஜீவனமே 'தொட்டில்' இருக்க தேவஜீவனம் எப்படிச் சாத்தியம் என்பது இக்கதையில் உள்ளோடும் கேள்வி.

'அழகிரிசாமி, அழகிரியிசம் மிளிரும் அருமையான கதை தந்திருக்கிறார். அவரது 'வெறும் நாய்' நினைவுக்கு வருகிறது எனக்கு' – இது அதே கதையைப் பற்றி இராமச்சந்திரபுரம் எழுத்தாளர் வீர. வேலுச்சாமியின் கருத்து. இவை இரண்டு கருத்துகளும் உள்ளடக்கம் சார்ந்த விமர்சனங்களாகப் படுகிறது. அழகிரியிசம் என்று கொள்கையை வகுத்து அதற்கு வெறும் நாய் கதையை அடிப்படையாக்கி இருப்பதாகப் படுகிறது. 'வெறும் நாய்' கதை தாமரையின் அரசியலை நினைவுபடுத்துவது.

அழகிரிசாமியின் அரசியல் கண்ணுக்குத் தெரியாத காற்று மாதிரி. இல்லை என்று எப்படிச் சொல்ல முடியும்? வாழ்வின் தொடக்கக் காலத்தில் அது புயல் மாதிரி வீசியதால் விழுந்த மரங்கள் சில சாட்சிகளாய்க் கிடைக்கின்றன. பின்னால் மந்தமாருதமாய் மாறிவிட்டது. மாக்ஸிம் கார்க்கியை மொழி

பெயர்த்த 1950களுக்கு ஐந்தாறு ஆண்டுகளுக்கு முன்னரே ராஜநாராயணனுக்கு எழுதிய கடிதங்களில் அழகிரிசாமியின் இடதுசாரிப் பற்று தெரியவருகிறது. இடைசெவலில் தொடங்கிய கட்சிக்கிளையில் அழகிரிசாமி பொறுப்பு வகித்தார் என்று கி.ரா. கூறுகிறார். அதன் தலைவர்கள், நூல்கள், அமைப்புகள் குறித்து இசைவான ஏன் மதிப்புசார்ந்த மரியாதையே அவருக்கு இருந்திருக்கிறது.

> நேற்றிரவு சென்னைக் கடற்கரையில் ஜீவானந்தம் பிரசங்கம். அந்த ஆண் சிங்கம் தலைமறைவாக இருந்தபோது மீசையை எடுத்துவிட்டதைப் பார்க்கச் சகிக்கவே இல்லை. அடையாளம்கூடத் தெரியவில்லை. ஆனால் அதன் கர்ஜனை கடல் முழக்கத்தை வென்றுவிட்டது. ஸ்ரீமான்கள் ராமனாதன், ராமகிருஷ்ணன், சிண்டன், எம்.ஆர்.வி. எல்லோரும் கூட்டத்திற்கு வந்திருந்தனர். ஸ்ரீ ராமமூர்த்தி இன்னும் மதுரையிலிருந்து சென்னைக்கு வரவில்லை. அவர் பேச்சைக் கேட்க வேண்டுமென்றிருந்த பசியை ஜீவானந்தம் ஒருவாறு ஆற்றினார் ('கு. அழகிரிசாமி கடிதங்கள்', 18 செப்டம்பர் 1947).
>
> நாளை மாலை 5:30 மணிக்கு இங்கு (சென்னை) கடற்கரையில் ஸ்ரீ பாமி தத்தின் பிரசங்கம். அவசியம் போவேன் (மேலது, 24 மே 1946).
>
> *ஜனசக்தி, பீப்பிள்ஸ் ஏஜ்* நாள் தவறாமல் படிக்கிறேன். நம் *பிரசண்ட விகடன்* தலையங்கம், குறிப்புகளில் அவற்றின் பிரதிபலிப்பை நீ இலேசாகப் பார்க்கலாம். **அவ்வளவுதான் முடிகிறது**. இதற்குள் பதினாயிரம் தப்பபிப்பிராயங்கள். கட்சிப் பிரச்சாரங்களில் ஒன்றிரண்டை எனக்கு ராமகிருஷ்ணன் படிக்கத் தருவதாகக் கூறியிருக்கிறார். கட்சிக்குச் சில நாட்களில் ஏதாவது ஒரு புத்தகம் மொழிபெயர்ப்பேன் (மேலது, 20 டிசம்பர் 1945).
>
> நீ ஸ்ரீ நடராஜனிடம் போய் மேற்படி புஸ்தகத்தை (கம்யூனிஸ்ட் கட்சி அறிக்கை) வாங்கிப் பத்திரமாக எனக்கு அனுப்பிவிட வேண்டும். அது ஒரு முக்கியமான புஸ்தகம் (மேலது, 5 பிப்ரவரி 1946).
>
> *பீப்பிள்ஸ் ஏஜ்* காரியாலயம் தாக்கப்பட்ட செய்தி எனக்கு மட்டற்ற மனக்கொதிப்பை அளித்தது. இந்தப் *பிரசண்ட விகடனில்* அதைப் பற்றி **எவ்வளவு முடியுமோ அவ்வளவு** எழுதியிருக்கிறேன் (மேலது, 20 ஜனவரி 1946).
>
> (அழுத்தம் ஆசிரியருடையது)

இயக்கப் பற்றை வெளிப்படுத்தினாலும் இப்படியாகத் தன் ஆர்வத்தைத் தொடக்கக் காலத்திலேயே அடக்கி வாசித்திருப்பவர் பின்னால் அதை மேலும் சுருக்கிக்கொண்டதில் ஆச்சரியம் என்ன? ஆனால் இளமையில் தொற்றிய பற்று மனிதனை விடுமா? அந்தவகை சார்பு காரணமாகவே சிவத்தம்பி போன்ற இடதுசாரிக்காரர்களால் அவர் கொண்டாடப்பட்டார்.

க.நா.சு., நகுலன், சி.சு. செல்லப்பா, சு.ரா., ஆ. மாதவன், வீர. வேலுச்சாமி மற்றும் பலரின் விமர்சனங்களிலிருந்து சமகாலப் படைப்பின் நுட்பங்களைக் கண்டுணரும் சக்தி தமிழ்ச் சமூகத்தில் இருந்திருக்கிறது என்று தெரிகிறது. இந்த ஆரோக்கியம் படைப்பாளர், விமர்சகர் என்ற தளத்தில் மட்டுமல்லாமல் தீவிர வாசகர்களிடத்தும் பரவியிருந்திருக்கிறது. இலங்கை வாசகரான ஏ. இக்பால் எழுதுகிறார். 'அழகிரிசாமியின் கதைகள் வலிந்து வாசகனை மடக்கி ஆசிரியரது கொள்கைகளைச் சப்பி விழுங்குமளவுக்கு ஆக்குவதில்லை'. க.நா.சு. விமர்சனத்தின் எதிரொலி போல இது இருப்பினும் கூர்மையான அவதானிப்பு இல்லையா?

நமக்கு இந்த விமர்சனங்களின் அரசியல் பற்றிக் கருத்துகள் இருப்பினும் 1960களிலேயே அழகிரிசாமியின் கதைகள் ஆழமாக விவாதிக்கப்பட்டு எழுத்தாளர்களால் அங்கீகரிக்கப்பட்டுவிட்டன என்பதை இதன்வழிச் சொல்ல முடிகிறது. இலக்கிய உலகில் அவர் முக்கியமான எழுத்தாளராகக் கொண்டாடப்பட்டார் என்பதை உறுதி செய்ய இன்னும்கூடச் சில உதாரணங்களைக் காலநிரலில் காட்டலாம்.

1958இல் *சரஸ்வதி*, எழுத்தாளர் பலர் பங்கேற்ற 'சென்னைக்கு வந்தேன்' என்ற கட்டுரைத் தொடரை வெளியிட்டது. கிராமங்களி லிருந்து சென்னைக்கு வந்து தங்கிவிட்ட எழுத்தாளர்களின் அனுபவத் தொடர் அது. அதில் க.நா.சு., சிதம்பர சுப்ரமணியன், ஜெயகாந்தன், சி.சு. செல்லப்பா, சாமி சிதம்பரனார், வல்லிக் கண்ணன், கு. அழகிரிசாமி போன்ற தேர்ந்தெடுக்கப்பட்ட இலக்கிய ஆளுமைகள் பங்குபற்றினர். சென்னைக்கு வந்ததை வாய்ப்பாகவும் பெருமையாகவும் பெரும்பான்மையோர் குறிப்பிட்டிருந்தனர். சாமி சிதம்பரனார், அழகிரிசாமி இருவர் மட்டுமே எதிர்நிலை எடுத்தனர். சென்னைக்கு வந்தேனே என்ற ஒரே எழுத்து மாற்றத்தில் தன் வருத்தத்தைத் தலைப்பிலேயே உணர்த்திவிட்டிருந்தார் எழுத்துக் கலைஞர் அழகிரிசாமி. 1958இலேயே தேர்ந்த இலக்கிய ஆளுமைப் பட்டியலில் இணையுமளவு வளர்ந்திருந்தார் என்பது தெரிகிறது.

அழகிரிசாமியின் இலக்கியக் கருத்துகள் விவாதப் பொருளாக வும் 1961இலேயே ஆகியிருந்தது இன்னொரு முக்கியமான சுவாரஸ்யமான தகவல். 'எழுத்தாளரும் அனுபவமும்' என்னும் தலைப்பில் அழகிரிசாமி *பாரதம்* இதழில் எழுதியதை *எழுத்து* இதழில் (ஜூலை 1961) சி.சு. செல்லப்பா மறுபிரசுரம் செய்தார். அதை ஒட்டி எழுந்த விவாதம் மூன்று மாதங்களுக்கு *எழுத்து*வில் நிகழ்ந்தது. அனுபவமே எழுத்தாளர்க்கு வித்து; அதைப் பெற அவர்களுக்கு முடியவில்லை; அவ்வசதியைப் பெற அவர்களுக்கு என்ன வகையில் உதவி புரியலாம் என்பது பற்றி அக்கட்டுரையில் அழகிரிசாமி சில யோசனைகளை வெளியிட்டிருந்தார். ஜம்முவிலிருந்து வெங்கட் சாமிநாதனும் நாகர்கோவிலிலிருந்து கிருஷ்ணன் நம்பியும் அக்கட்டுரைக்கு எதிர்வினையாற்றினர்.

அழகிரிசாமி யாருக்கோ வாதாடுகிறார் என்று சந்தேகம் சொல்லியே கட்டுரையை ஆரம்பித்தார் சாமிநாதன். அதேபோல் கிருஷ்ணன் நம்பியும் இது அழகிரிசாமி கேட்க வேண்டிய கேள்வியே அல்ல. வயிற்றுப்பிழைப்பு லெவலில் இலக்கியச் சேவை பண்ணிக்கொண்டிருக்கும் இன்றைய பத்திரிகைக் குப்பைமேட்டுப் பேர்வழிகள் கேட்க வேண்டிய கேள்வி என்று சொல்லியே தன் வாதத்தை வைத்தார். இவர்களுக்கு எதிராக உள்ள ஒரு சிலரின் நலத்தைக் கருத்தில் கொண்டே அழகிரிசாமி அக்கட்டுரையை எழுதியுள்ளார் என்று இவர்கள் கருதினார்கள். இலக்கியமல்லாத பிரபலமல்லாத பத்திரிகையில் வந்த கட்டுரையை எடுத்துச் செல்லப்பா பிரசுரித்திருக்கும் முகாந்திரத்தின் நுனியும் பிடிபடுகிறது. எது எப்படியிருப்பினும் 1960களில் அழகிரிசாமியின் கருத்துக்கு முக்கியத்துவம் இருந்தது துலக்கமாகிறது.

1962இல் 'எதற்காக எழுதுகிறேன்' என்ற கேள்விக்கான பதிலைக் குறிப்பிட்ட சிறந்த எழுத்தாளர் சிலரிடம் பெற்று ஒரு கட்டுரைத் தொடரை *எழுத்துப்* பிரசுரித்தது. அதில் அழகிரிசாமி, க.நா.சு. போன்றோர் பங்கேற்றனர்.

> "நான் மனிதனாக வாழ விரும்புகிறேன் . . . நான் மனித னாக, சுதந்திர புருஷனாக இருப்பதற்கு வழி என்ன? நான் எழுதுவது ஒன்றே வழி. புற உலகில் நான் முழுச் சுதந்திரத்தோடு இருக்கச் சந்தர்ப்பங்கள் துணை செய்யாத சமயத்திலும் மன உலகில் சுதந்திரத்தை இழக்க நான் தயாராக இல்லை . . . ஆகவே எழுதுவதால் நான் மனிதனாக இருக்கவும், நான் மனிதனாக வாழவும், மனிதனாக வளரவும் முடிகிற காரணத்தால் எழுதுகிறேன் . . .

பிரச்சாரத்துக்காக எழுதவில்லையா, நிர்ப்பந்தத்துக்காக எழுதவில்லையா, பணத்துக்காக எழுதவில்லையா, வாழ்க்கைச் செலவுக்காக எழுதவில்லையா என்றெல்லாம் கேட்கலாம். இத்தனைக்காகவும் நான் எழுதுகிறேன் என்பதை ஒப்புக்கொள்ளுகிறேன். இன்னும் எத்தனைக்காகவுமோ எழுதுகிறேன். ஆனால் அடிப்படை என்னவோ ஒன்று தான்... புறக்காரணங்கள் எவையாக இருந்தாலும் என் குறிக்கோள் மாறிவிடவில்லை. ஒருவேளை உள்ளே மறைந்து நிற்கலாம். ஆனால் மாறவில்லை, மாறாது. எனவே சந்தர்ப்ப தேவைகளையோ புறக்காரணங்களையோ பெரிதுபடுத்தி முழுக்காரணங்கள் ஆக்க வேண்டியதில்லை. லட்சியம் தவறும்போதும் தன் ஆத்மாவுக்கும் மனித குலத்துக்கும் துரோகம் இழைக்கும்போதும்தான் அவற்றை முழுக் காரணங்கள் ஆக்க முடியும்...இப்படிப்பட்ட காரியத்தைக் கலைகளினாலேயே சாதிக்க முடியும். நான் பயின்ற கலை எழுத்து. அதனால் எழுதுகிறேன் (எழுத்து, மே 1962)

என அத்தொடரில் தான் எழுதுவதற்கான இலக்கியக் காரணத்தை அழகிரிசாமி விவரித்திருந்தார்.

1963இல் தம் கதைக்கருவை எழுத்தாளர்கள் எப்படித் தேர்ந்தெடுக்கிறார்கள், எழுதுகிறார்கள் என்பதைச் சுவையான தொடராக வெளியிட்டது தாமரை. சுந்தர ராமசாமி போன்றோர் பங்கேற்ற அக்கட்டுரைத் தொடரில் அழகிரிசாமி தன் கதைகள் சிலவற்றின் நதிமூலத்தைத் தந்திருந்தார் *(தாமரை, பிப்ரவரி 1963;).*

1964இல் க.நா.சு.வை ஆசிரியராகக் கொண்ட இலக்கிய வட்டம் சிறந்த தமிழ் எழுத்தாளரின் (விமர்சனத்துடன் கூடிய) அறிமுகத்தைச் செய்யத் தொடங்கியது. ஆனால் அது தொடர வில்லை. அம்முயற்சியில் முதல் எழுத்தாளராகப் பாராட்டும் அங்கீகரிப்பும் பெற்றவர் அழகிரிசாமி. இன்றைத் தமிழ் இலக்கிய ஆசிரியர் என்று கொண்டாடுமளவிற்கு 1960களிலேயே மேலெழுந்துவிட்டது தெரிகிறது. 1964 ஜனவரி இலக்கிய வட்டம் இதழின் அட்டையில் வலது தோளில் துண்டு போட்டிருக்கும் அழகிரிசாமியின் மார்பளவுப் படம் இடம்பெற்றிருந்தது. (இடது தோளில் துண்டு அணிவது அவரது காரண வழக்கம். பிரசுரத்தில் படம் இடவலமாக மாறியிருக்கிறது.) 1923இல் பிறந்தவர் எனத் தொடங்கும் அழகிரிசாமி பற்றிய முழுப்பக்க விவரக் குறிப்பில் அவரது வாழ்க்கை, இதழ்ப்பணி, எழுதிய நூல்கள், இலக்கியம் தவிர பிற கலை ஆர்வங்கள், அவரது கதைகளைப் பற்றிய அபிப்பிராயங்கள் முதலியவை செறிவாகத் தரப்பட்டிருந்தன.

1966இல் *தீபம்* அன்றைய இலக்கியவாதிகளை நேர்காணல் செய்து இலக்கியச் சந்திப்பு என்னும் தொடரை வெளியிட்டது. தி.ஜ. ரங்கநாதன், டி.எஸ். சொக்கலிங்கம், பொ. திரிகூடசுந்தரம், அகிலன் இன்னும் அன்றைய பிரபலங்கள் பலர் இடம்பெற்ற புகழ்பெற்ற தொடர் அது. அத்தொடரிலும் அழகிரிசாமி இடம்பெற்றிருந்தார். அனைவரிடமும் ஒரே மாதிரியான கேள்விகள் என்னும் குறை இருப்பினும் வரலாற்றுக் குறிப்புக்கு இந்நேர்காணல்கள் உதவக்கூடியவை. அதே ஆண்டில் கல்கி தன் வெள்ளிவிழாக் கொண்டாட்டத்தின் ஒரு பகுதியாகச் சிறுகதைப் போட்டியை நடத்தியது. அதற்கு நடுவர்களாக ('பஞ் சாயத்தார்') இருந்தோர் பி.எஸ். ராமையா, கு. அழகிரிசாமி, அழ. வள்ளியப்பா, தீப. நடராஜன், அதிபர் சதாசிவம்.

1967இல் எழுத்தாளர் சங்க அழைப்பின் பேரில் செப்டம்பர் 8-20இல் இலங்கைக்கு இலக்கியப் பயணம் மேற்கொண்டார் அழகிரிசாமி. அதே ஆண்டு பிப்ரவரி 4, 5 தேதிகளில் நாக்பூர் சென்று இலக்கியக் கூட்டத்தில் கலந்துகொண்டு திரும்பியிருந்தார். தீபம் சிறுகதையின் அன்றைய நிலைமை குறித்து விவாதமொன்றைப் பட்டிமன்ற பாணியில் ஏற்பாடு செய்து வெளியிட்டது. க.நா.சு.வும் அழகிரிசாமியும் கலந்துகொண்ட அதில் தற்காலம் சிறுகதையின் பொற்காலமே என்று கருத்துரைத்தார். முடிவு சாந்தமாக இருப்பினும் அதில் அழகிரிசாமியின் வாதம் கறார் தன்மையில் அமைந்து சிலரைக் கோபப்படுத்திவிட்டது. பலரை ஆச்சர்யமும் படுத்தியது.

அழகிரிசாமியின் மதிப்பீட்டில் புதுமைப்பித்தன், சுந்தர ராமசாமி, ஜெயகாந்தன், தி. ஜானகிராமன் ஆகியோரே மேலேறி நின்றனர் எனினும் நல்ல பல அல்லது சில சிறுகதைகளை எழுதி யிருப்பவர்களாக ந. சிதம்பர சுப்ரமண்யன், ப. ஸ்ரீனிவாசன், கிருஷ்ணன் நம்பி, ராஜம் கிருஷ்ணன் ஆகியோரையும் பத்திரிகை களில் தான் ஒதுக்காமல் படிக்கும் எழுத்தாளர்கள் என வேறு சிலரையும் அவர் பாராட்டியிருந்தார். தவிர புதுமைப்பித்தன், ந. சிதம்பர சுப்ரமண்யன், கு.ப.ரா., பி.எஸ். ராமையா, சி.சு. செல்லப்பா, மௌனி, லா.ச.ரா., க.நா.சு., ந. பிச்சமூர்த்தி, தி. ஜானகிராமன், ஜெயகாந்தன், சுந்தர ராமசாமி, ரகுநாதன் இன்னும் சிலரின் கதைகளையும் அவற்றின் தன்மைகளையும் விரிவாக எழுதினார். இதில் எல்லோரும் பாராட்டும் மௌனி, லா.ச.ரா. ஆகியோர் எழுதியவை கதைகளாகவே தனக்குத் தோன்றவில்லை; இந்தமாதிரிக் கதைகளைத் தூக்கிவைத்துப் பேசுவது, வெறும் உமியைக் குத்திக் கை சலிக்கும் காரியமாகவே

முடியும் என்று கடுமையாகப் பேசிவிடுகிறார். அது அதிர்ச்சி அலைகளை ஏற்படுத்தியது.

புதுமைப்பித்தனை ஏகத்துக்குப் புகழ்ந்திருந்ததைச் சி.சு. செல்லப்பாவால் தாங்கிக்கொள்ள முடியவில்லை. அதை விடவும் அவருக்கு வருத்தமும் அதிர்ச்சியும் தந்தது அவரது இஷ்ட சகாக்களான ந. பிச்சமூர்த்தி, கு.ப.ரா., மௌனி, லா.ச.ரா. ஆகியோரை அழகிரிசாமி ஒரேயடியாய்த் தள்ளிவிட்டது. 'புதுமைப்பித்தனைத் தவிர, மற்ற *மணிக்கொடி*க்காரர்களைத் தீர்த்துக் கட்டணும். பிறகு முற்போக்குப் பார்வையிலே, கொள்கை அபிமானமாகச் சில பேர்களைச் சொல்லணும். இவ்வளவு தான் அவர் நோக்கம். அதுக்குத்தான் அந்தக் கட்டுரை' என்று சொல்லி அழகிரிசாமியைக் கொள்கையுடைய ஒரு கோஷ்டியின் பிரதிநிதியாகவும் காட்டினார் செல்லப்பா (*எழுத்து*, ஜூலை–ஆகஸ்ட், 1967).

வெங்கட் சாமிநாதன் (நாம் எதிர்பார்ப்பது போலவே) அழகிரிசாமியின் மதிப்பீட்டை மறுத்தார். எனினும் பொதுநிலையில் 'ஒரு விமர்சன மரபு உருவாகி வருகிறது' என வரவேற்றார். கத்தியை அழகிரிசாமியின் பக்கம் திருப்பினார் அவர்.

"அவரது (கு. அழகிரிசாமியின்) தரமான சாதனை என்று காண விரும்பினால் அவரது முதல் தொகுப்பிலும் பின் எழுதப்பட்ட 50 கதைகளில் ஒரு சில கதைகளிலும்தான் காண முடியும் . . . கு. அழகிரிசாமியின் இரண்டாம் ஜன்ம எழுத்துகள் பெரும்பாலும் வெற்றிபெறாத, சப்பென்று போய்விட்ட தரத்தவை" என்று தாக்குதல் தொடுத்தாலும் அவரது நிறையைச் சொல்லாமல் விடவில்லை.

> 'கு. அழகிரிசாமியின் கதைகளில் ஒரு *subtlety*யும் லேசான பரிகாசமும் தான் காணக்கூடிய சிறப்புகள். அத்துடன் அவர் கதை சொல்லும் தோரணை மிகவும் சாதாரண பாவம் *(casual manner)* கொண்டது. இளப்பமாகச் சொல்லவில்லை. குணத்தைச் சொல்கிறேன். நான் விரும்புவது. என்னில் ஒரு மலைப்பை உண்டாக்கியது. ஏனெனில் அதிகம் அலட்டிக் கொள்ளாமல், படிப்பவனையும் சிரமப்படுத்தாமல், குரலெழுப்பாது ஒரு சாதாரண விஷயத்தின் ஒரு ஓட்டத்தைச் சொல்லும்போதும் அது சட்டென்று சுவாரஸ்யமற்றதாக உப்புப் பெறாத விஷயமாக ஆகிவிடக்கூடும். இது கத்தி மேல் நடப்பது போன்றது. மேலும் வெகு சுலபத்தில் சறுக்கிவிடும் தன்மையும் கொண்டது. இதிலேயே கு. அழகிரிசாமி வெற்றி

> கண்டது என்னை வியப்பில் ஆழ்த்தியது. எப்படித்தான் எழுதினாரோ என்று" ('கு. அழகிரிசாமியின் இலக்கியத் தடம்', *2007*, ப. *203*).

அறுபதுகளில் நிறைய எழுதிக்கொண்டிருந்த திருவனந்தபுரம் எழுத்தாளர் வை. ரங்கநாதன், 'தமிழின் விமர்சன வளர்ச்சிக்கு ஒரு நல்ல சூசகம் கு. அழகிரிசாமியின் விமர்சனம்' என்று கட்டுரையை வரவேற்றார் எனினும் தன் கருத்தைப் பின்வருமாறு பதிவுசெய்தார்.

> முதல் தர எழுத்தாளர்களாகத் தாங்கள் எடுத்துக் கையாளும் கதைக் கருவின் சிறப்பு, அதைக் கையாளும் வாகு, சொல்கிற தத்துவத்தின் கனம், பாணியின் மேன்மை, பார்வைகளின் தனித்தன்மை, கலையம்சத்தின் முழுமை இவைகளில் ஒன்றோ பலவோ தங்கள் எல்லாக் கதைகளிலும் அமையும் படி எழுதுபவர்களாக இன்று இருப்பவர்கள் க.நா.சு., பி.எஸ். ராமையா, தி. ஜானகிராமன், ஜெயகாந்தன் என்பவர்களாவர். இவர்களுக்கு அடுத்த வரிசையில் தங்கள் முன்னோடிகளின் ஸ்தானத்தை ஏற்கத் தம்மைத் தயார் செய்துகொண்டிருப்பவர்களாக கு. அழகிரிசாமி, ரகுநாதன், லா.ச.ரா., சுந்தர ராமசாமி இவர்களும் இந்தத் தலைமுறை எழுத்தாளர்களாக வாழ்கிறார்கள். இவர்களை ஒன்று, இரண்டு என்று ஸ்தானம் நிச்சயிப்பது சிரமமான காரியம். வேண்டுமானால் முதல் குரூப்பில் க.நா.சு.வும் இரண்டாவது குரூப்பில் அழகிரிசாமியும் தலைமை ஸ்தானம் ஏற்கத் தகுதியுடையவர்கள் எனலாம் (*தீபம்*, ஜூன் *1967*).

எழுத்துலக அங்கீகரிப்பின் அடையாளச் சிகரமாக 'சாகித்திய அக்காதெமி விருது' இறப்புக்குப் பின் அவருக்கு *1970*இல் வழங்கப்பட்டது. தமிழில் சிறுகதை நூலுக்கான சாகித்திய அக்காதெமி பரிசுபெற்ற முதல் எழுத்தாளர் என்ற பெருமையை அழகிரிசாமி பெற்றார். வழக்கமாக எழும் கசப்பு கசியும் சிறு முணுமுணுப்புகள்கூட அப்பரிசு அறிவிப்பில் எழவில்லை. மாறாக அழகிரிசாமிக்குப் பரிசு வழங்கியது அக்காதெமிக்குக் கௌரவம் என்றே அன்றைய சண்டபிரசண்டனான *கசடதபற* எழுதியது.

> இந்த முறை அகாடமியின் பரிசைப்பெற்ற அழகிரிசாமி ஓர் அசல் இலக்கியவாதி. தமிழ் – இந்தியச் சிறுகதை உலகில் மிகவும் சிறப்பிடம் வகிக்கிறவர். இதைக் கண்டுகொள்ள அவர் காலமாக வேண்டியதிருந்தது அகாடமிக்கு. இந்தப் பரிசைப் பெறுவதால் கு. அழகிரிசாமியின் இலக்கிய மதிப்பு

ஒன்றும் புதிதாக உயர்ந்துவிடப் போவதில்லை. ஆனால் அசல் இலக்கியக் கர்த்தாவுக்குப் பரிசை வழங்கியதன் மூலமாகத் தன்னை அகாடமி உயர்த்திக்கொள்கிறது.

சா. கந்தசாமி இன்னும் ஒருபடி மேலே போய் அழகிரிசாமி இதுவரை சரியாக உணரப்படவில்லை என்றும் எழுதினார்.

> குழந்தைகள், காதல் கொண்டிருக்கும் பெண்கள், பொறாமைக்காரர்கள், ஒன்றும் அறியாத அப்பாவிகள், யாரைப் பற்றியதாக இருந்தாலும் சரி, அடக்கத்துடன் சொந்த குறுக்கீடுகளும் வியாக்கியானமும் இன்றி எழுதப் பட்டிருப்பவை அவர் கதைகள். தமிழில் இம்மாதிரி எழுத்து வெகு அபூர்வம் என்கையில்தான், இவரின் சிறப்பு தெரிகிறது. இந்தச் சிறப்பு – இன்றுவரை சரிவர உணராமல் இருந்தாலும் கூட – காலம் செல்லச்செல்ல உறுதிப்படும் (*கசடதபற*).

காலம் சென்றது. ஆனால் கந்தசாமியின் விருப்பம் போல எதுவும் உறுதிப்படவில்லை. மாறாக அழகிரிசாமியை மறக்கவும் தொடங்கியிருந்தது இலக்கிய உலகம்.

“கு. அழகிரிசாமி அவர்கள் தமிழ் இலக்கிய உலகில் உரைநடைத் துறையில் தனித்து நின்ற ஒரு படைப்பாளி. ஆனால் இன்று பல்வேறு காரணங்களால் மறக்கப்பட்டுவரும் பல்வேறு பெயர்களில் அவரும் ஒருவராக ஆகிவிட்டது அல்லது ஆகிவருவது பற்றிக் கவலையுடன் சிந்தித்தோம். எனவே திரு. கு. அழகிரிசாமியின் எழுத்துகளை மதிப்பீடு செய்து ஒரு நூல்வடிவில் கொண்டு வருவது தமிழ் இலக்கியத்தின் எதிர் காலத்துக்கு உதவியான பணி என்று கருதினோம்” எனச் சொல்லி, சிறுகதை வளர்ச்சியில் கவனம் செலுத்தும் இலக்கியச் சிந்தனை அமைப்பு கவலைப்பட்டு நூல் ஒன்று கொண்டுவரும் நிலைதான் 1980களில் ஏற்பட்டிருந்தது. ஒவ்வொரு ஆண்டினது தேர்ந்தெடுத்த சிறுகதைகள் அடங்கிய தொகுதி ஒன்றையும், சிறந்த நாவல் ஒன்றையும் (இது பின்னாளில் தொடங்கிய வழக்கம்) வெளியிட்டு வந்த அவ்வமைப்பு இலக்கியவாதி ஒருவரின் படைப்புகளைத் திறனாய்வு செய்து வெளியிடும் புதிய திட்டத்தை 1987இல் தொடங்கியபோது வெளிவந்த முதல் நூல் என்.ஆர். தாசனின் *அழகிரிசாமியின் எழுத்துகள் (திறனாய்வு)* (1987).

அழகிரிசாமியின் சிறுகதைகள் பல்கலைக்கழகங்களிலும் செ. சுதாகரன், புவனேசுவரி, நா. கிருஷ்ணமூர்த்தி, சிவனு பாண்டியன் என்னும் சிலராலும் ஆராய்ச்சிக்கு எடுத்துக்கொள்ளப் பட்டுள்ளன. தமிழின் சிறந்த சிறுகதைத் தொகுதிகளை

உருவாக்கியவர்கள் அழகிரிசாமியை மறக்கவில்லை. 1988இல் கலைஞன் பதிப்பக வெளியீட்டுக்காகச் சிறந்த சிறுகதைகளைத் தொகுத்த சா. கந்தசாமி, அழகிரிசாமியின் 'ராஜா வந்திருக்கிறார்' கதையை அதில் சேர்த்திருந்தார். கு. அழகிரிசாமியின் 'இலக்கியத் தடம்' (2007) என்ற நூலும் வெளிவந்துள்ளது.

அழகிரிசாமியின் வாழ்க்கை வரலாற்று நூல்கள் இரண்டு வெளிவந்துள்ளன. கிறித்துவ இலக்கியச் சங்கத்துக்காக மு. பரமசிவம் (1997), சாகித்திய அக்காதெமிக்காக வெளி ரங்கராஜன் (2006) எழுதியவை அவை. விந்தன், வல்லிக்கண்ணன் வாழ்க்கை வரலாறுகளை எழுதிய மு. பரமசிவம் அழகிரிசாமியின் வாழ்க்கை வரலாற்றை 250 பக்க நூலாகக் கொண்டுவந்துள்ளார். தொடர்புடையவர்களைச் சந்தித்துத் தகவல்களைப் பெற்று எழுதும் வழக்கம் கொண்ட அவரது நூல் நிறையத் தகவல்களைக் கொண்டது. தன்விவரக் குறிப்புகளை இலக்கியமாக்குவதில் சிரமமிருக்கிறது. இந்திய இலக்கியச் சிற்பிகள் வரிசையில் உருவானது ரங்கராஜன் நூல். விலை, காலம், பக்கம் என்னும் பல முன்விதிகளுடன் கூடிய நிறுவன விருப்பங்களால் உருவாகியுள்ள இந்நூல்கள் முழுமையை வேண்டி நிற்பதில் வியப்பில்லை.

1960களில் நன்கு பேசப்பட்ட 1970இல் இந்திய விருது பெறுமளவு உயர்ந்த எழுத்தாளர் மரணத்திற்குப் பிறகு மறக்கப் படுகிற நிலைக்கு ஆளானது, இலக்கிய உலகின் நிலைமையைத்தான் காட்டுகிறது. தொடர்ந்து அவரது படைப்புலகிற்குள் சென்று உடனே திரும்பிவிடுவோம்.

III

அழகிரிசாமியின் படைப்புலகம் பெரும்பாலும் கிராமத்து வாழ்க்கையைக் கொண்டது. குடும்ப வாழ்க்கை, மனிதர்களின் மன அவசம், பலவீனங்கள், காதலர்களின் மன எண்ணங்கள், குழந்தைகளின் உலகம், கிராமத்து மனிதர்களின் செயல், சிறுமைகளைக் காட்டும் வாழ்வின் யதார்த்தங்கள் எனச் சிலவற்றைக் குறிப்பிட்டு அவரது கதைகள் காட்டுகின்றன.

சென்னைக்கு வந்தேனே என்று வருந்திய 'இடைசைப் புலவன்' கு. அழகிரிசாமி, மலேயாவிற்குப் போகுமுன் எட்டு வருடமும் போய்வந்து 12 வருடமும் சேர்த்து மொத்தம் 20 ஆண்டுகள் சென்னையில் வாழ்ந்தார். முதலில் சௌகார்பேட்டையிலும் அடுத்து சூளைமேடு சௌராஷ்டிரா நகரிலும் தொடங்கியது அவரது சென்னை வாழ்க்கை. மலேயா போகுமுன் (44–52) தியாகராய நகரிலும் இராயப்பேட்டையிலுமாக மூன்று இடங்களில் வசித்துள்ளார். 1957 நவம்பரில் நாடு திரும்பியதும்

மயிலாப்பூரில் முதலில் குடியேறிய அழகிரிசாமி, மந்தைவெளிக்கு வீட்டை மாற்றினார். பின் கடைசியாக 20, செங்கல்வராய முதலி தெரு, திருவல்லிக்கேணிக்கு இடம்பெயர்ந்தார். அங்கேயே தன் இறுதிவரை வாழ்ந்தார். கி.ரா., சு.ரா. முதலியோருக்கு எழுதிய அழகிரிசாமியின் கடிதங்கள் வழியும், வேறு சில நறுக்குகள் மூலமும் இவ்விவரங்களைச் சேகரித்தேன். இன்னும்கூடச் சில இடங்களில் அவர் வசித்திருக்கலாம். 20 ஆண்டுகளில் 10 வீடுகள். சராசரியாக இரண்டு ஆண்டுகளுக்கு ஒரு வீடு. சென்னைக்கு வந்தேனே என்று புலம்பாமல் என்ன செய்வார்?

ஓரிரு கதைகள் தவிர மற்ற எல்லாக் கதைகளையும் அந்தச் சென்னையில்தான் அழகிரிசாமி எழுதினார். காற்று திருவல்லிக்கேணி வீட்டில் உருவானதாம். இரு சகோதரர்கள் கதையில் ஒண்டுக்குடித்தன சிரமம் பதிவாகியுள்ளது. இப்படிச் சூழ்நிலையின் தாக்கம் அவரது கதைகளில் இருந்தது. ஆனால் அவை மிகக் குறைவாகவும் அடங்கிய குரலிலும் வெளிப்பட்டன. "தமிழகம் வறுமையில் வாடுகிறது. தமிழகத்திற்கு வளம் சேர வேண்டும். தமிழகத்தை முன்னேற்றும்வரை நான் தூங்கப் போவதில்லை. அப்போதுதான் எனக்கு நிம்மதி" என்று தெரிந்த பேராசிரியர் ஒருவர் மூச்சுக்கு முன்னூறு தரம் தமிழகம், தமிழகம் என உள்ளம் உருகப் பேசுவார். அவரது சமூக அக்கரை கேட்பவரை உருக்கிவிடும். ஒருநாள் அவர் வீட்டு வழியே போனேன். வீட்டின் பெயர் 'தமிழகம்' என்றிருந்தது. அவரை அறிந்த நண்பரிடம் இதைச் சொன்னேன். பேராசிரியர் உள்ளம் அறிந்து பொய் பேசுபவர் அல்ல என்றார் நண்பர். தன்னுடையதைச் சமூகத்தின் மொத்த சோகமாக மாற்றாதவர் அழகிரிசாமி. அவரது கதைகளில் முக்கிய அம்சம் அது.

அவரது கதைகளின் களன் பெரும்பாலும் கரிசல் பூமி என்றாலும் கி.ரா.வைப் போல் அதை மட்டுமே அவர் களனாக்கிக் கொள்ளவில்லை. "அவன் (அழகிரிசாமி) பிறந்த மண்ணையும் அவனோடு வாழ்ந்த மக்களையும் அந்தச் சூழலையும் வைத்து எழுதிய கிட்டத்தட்ட 35 கதைகளைத் தனியாக ஒரு தொகுப்பாகக் கொண்டு வர ஆசை இருந்தது எனக்கு" எனக் கி.ரா. தன் தொகுப்பு முன்னுரையில் குறிப்பிடுகிறார். 100 கதைகளில் 35 போலத்தான் கரிசல் மண் வாசம் வீசும். மற்றவை எல்லா பூமிக்கும் பொதுவானவை. உலக மனிதர்களின் கதை.

வாழ்க்கை அனுபவங்களைச் செரித்துக்கொண்டு பின் வெளியிடுபவர் அழகிரிசாமி. பல கதைக்கருக்கள் மனசுக்குள் விழுந்து பல காலத்துக்குப் பிறகே கதையாக வெளியே வரும் என அவரே கூறியுள்ளார். க.நா.சு. கூட அழகிரிசாமி குறைவாக

எழுதுபவர் என்று சொன்னார். "(கு.அ) எழுதுவது மிகவும் குறைவுதான். உள்ளத்தில் உள்ள சரக்கை அள்ளித் தருகிற வேகம் போதாது" (இலக்கிய வட்டம், 17 ஜனவரி 1964). அனுபவத்தைக் கலையாக்க அவர் எடுத்துக்கொள்ளும் ஜீரண காலம் கூடுதலாக இருக்கலாம். அதனாலேயோ என்னவோ மலேய வாழ்க்கை, இலங்கைப் பயணம் பற்றிய சுவடுகள் அவரது கதைகளில் அநேகமாக இல்லை எனலாம்.

மலேயாவில் வாழ்ந்த ஐந்தாண்டில், சில மலாய்ச் சொற்கள் பயிலும் ஒரே ஒரு கதை 'ஆதாரம் இருக்கிறதா?' மட்டும்தான் எழுதினார். 'கார் வாங்கிய சுந்தரம்' என்ற மற்றொரு கதையில் கதைக்களன் மட்டும்தான் மலேயா. அந்தக் கதைமாந்தர்களை மணச்சநல்லூரிலும் நீங்கள் பார்க்க முடியும். பத்திரிகைத் தொழில் படைப்பு ஊற்றை அடைத்துவிடும் என்று அதற்குக் காரணம் சொன்னார். ஆனால் அங்கே சிறுகதை வகுப்பு ஒன்றைச் சிரத்தையுடன் நடத்தினார்.

'இலக்கிய வட்டம்' என்னும் பெயர் கொண்ட அந்தச் சிறுகதை வகுப்பு மூர்த்தி ஐயர் என்னும் ரயில்வே ஊழியர் வீட்டில் நடந்தது. முதல் கூட்டம் 1957 ஜனவரி கடைசி சனிக் கிழமையன்று தொடங்கியது. சுமார் 30 எழுத்தாளர்கள் பல நூறு மைல்களுக்கு அப்பாலிருந்தும் வந்து கலந்துகொண்டனர். சிறுகதையின் இலட்சணங்கள் பற்றிய சொற்பொழிவு முதல் கூட்டத்தில் இடம்பெற்றது. அடுத்த மாதக் கடைசி சனிக்கிழமை ஓ ஹென்றியின் கதை ஒன்று வாசிக்கப்பட்டு அனைவராலும் விமர்சிக்கப்பட்டதாம். மற்றொரு மாதம் சிதம்பர சுப்ரமண்யன் கதை. பிறகு மலேய எழுத்தாளர்களின் கதைகளிலிருந்து இரண்டைத் தேர்ந்தெடுத்துப் படித்து விமர்சித்தார்கள். ஒவ்வொரு வாக்கியமும் அலசி ஆராயப்பட்டதாம். வேண்டாத வளர்த்தல்கள், மேலும் விரிவாக எழுதப்பட வேண்டிய கட்டங்கள், பாத்திர சிருஷ்டியின் குறைநிறைகள், அர்த்தமற்ற அடுக்குச் சொற்கள், விஷயத்தின் கௌரவத்தைக் கெடுக்கும் பாஷை நடை, எழுத்துப் பிழைகள் முதலிய பல விஷயங்களை ஒவ்வொருவரும் தெள்ளத் தெளிவாகக் கண்டுகொள்ளத் தொடங்கினார்கள். மாதமொரு கூட்டம் என மொத்தம் பத்துக் கூட்டங்கள். கடைசிக் கூட்டம் 1957 அக்டோபர் 5ஆம் தேதி நடைபெற்றதாம். 19ஆம் தேதி இந்தியாவுக்குக் கப்பல் ஏறினாராம் அழகிரிசாமி. ஆர்வமுடன் நடத்தப்பட்ட அந்தத் திறனறி கூட்டங்கள் நிச்சயமாக அழகிரிசாமியின் சிறுகதை ஆற்றலுக்கு உரமேற்றியிருக்கும் அல்லது பலரும் நடந்து நடந்து தேய்ந்த பொதுப் பாதைக்கு அவரை அழைத்து வந்திருக்கும். மறு ஜன்மக் கதைகள் சுமாரானவை என்று வெங்கட் சாமிநாதன்,

அழகிரிசாமியின் மலேய வாழ்க்கைக்குப் பிறகான கதைகளை மனத்தில் வைத்துக் குறிப்பிடுவது இந்த இடத்தில் நினைவுக்கு வருகிறது. மலேயா போய் வந்த பிறகு சிறுகதைத் திறனில் ஓர் இறக்கம் நேர்ந்திருப்பதாக சு.ரா.வும் உணர்ந்திருக்கிறார். ஆனால் 'குமாரபுரம் ஸ்டேஷன்' (1960) கதையில் அது மறுபடியும் மேலேறி விட்டது என சு.ரா. தன் கடிதம் ஒன்றில் எழுதியுள்ளார்.

தமிழ்ச் சிறுகதையின் தரத்தை இந்திய அளவுக்கு உயர்த்திய அழகிரிசாமியின் அமரத்துவம் பொருந்திய சிறுகதைகளுள் ஒன்று 'சுயரூபம்' என்கிறார் பிரபஞ்சன். பசி, அதன் அரக்க முகத்தை, மனிதர்களின் கையாலாகாத நிர்க்கதி நிலையை அருமையாக மனம் துடிக்கத் துடிக்கச் சொன்ன இத்தரத்துக் கதைகள் தமிழில் வெகு சொற்பமாகத்தான் இருக்க முடியுமென்பது பிரபஞ்சனின் மதிப்பீடு. 'சுயரூபம்' கலைமகளில் வந்த கதை.

'ராஜா வந்திருக்கிறார்' அழகிரிசாமியின் ஆகச் சிறந்த கதை களுள் ஒன்று. குழந்தைகளின் மன உலகத்தைப் பற்றிய அக்கதை கி. ராஜநாராயணனைப் பாதித்த விதம் வேறாக இருக்கிறது. அவர் சொல்கிறார். 'கு. அழகிரிசாமியின் அம்மாவுக்கு அவன் பேரில் அப்படி ஒரு பிரியம். 'ராஜா வந்திருக்கிறார்' கதையில் தனது தாயார் தாயம்மாவுக்கு ஒரு கோயிலே கட்டியிருக்கிறான். அந்தக் கதையை இப்போது படிக்க நேர்ந்தாலும் கண்கள் ஈரமாகிவிடும் எனக்கு.'

இந்தக் கதையில் வரும் அம்மாவைப் போலவே 'பாலம்மாள்' கதையிலும், 'அழகம்மாள்' கதையிலும் மனத்தைப் பிழிகிறார்கள் அந்தப் பெயருடைய பெண்கள். இந்த எல்லாவற்றிலும் நடுத்தர வர்க்கத்துக் குடும்பப் பெண்களின் துயரம் கதையாகியிருக்கிறது. பாலம்மாள், தன் தங்கை வாங்கிக் கொடுத்த கம்மலை ஒரு வருஷம்கூடத் தொடர்ந்தாற்போலப் போட்டுக்கொள்ள முடிய வில்லை. அடகு வைத்து, வைத்தே 30 வருஷத்தை வாழ்ந்து தீர்த்தவள். ஏதோ எப்படியோ கடைசியில் அதை மீட்டபோது போட்டுக்கொள்ள வயதில்லை. இப்படி ஒரு தாயாரைக் கண்முன் எந்தப் பிரயாசையும் படாமல் கொண்டு வந்து நிறுத்திவிடுகிறார் அழகிரிசாமி. அவர் வந்த சுவடோ போன சுவடோ தெரியவில்லை என்பதுதான் பலம்.

அழகம்மாளின் கொடுந்துன்பம் வேறுவிதமானது. சிலரைப் போல ஒரே கணத்தில் முடிவுசெய்து பிரிந்துவிட முடியாதவர்கள் அழகம்மாள் – கிருஷ்ணக் கோனார் தம்பதியினர். படித்த மகன்கூட, பிடிக்காதவருக்கு எதற்குக் கழுத்தைச் சாய்த்தாய் என அம்மாவைக் கேட்டானே தவிர விடுதலையாகிப் போக யோசனை சொல்லவில்லை. பிடிக்காத கணவனை விலக்க

முடியாத அழகம்மாள்கள் இன்னும்தான் இருக்கிறார்கள். இதில் யாரைக் குற்றஞ் சொல்லுவது என்று தெரியவில்லை. அழகிரிசாமி யார் பக்கமும் சிறிதும் சாயாமல் கதையை முடித்திருக்கிறார். நொந்து நொம்பலப்பட்டுக் கண்ணீர் விடும் பெண்கள் பக்கமல்லவா கலைஞனான அழகிரிசாமி பரிந்து பேசியிருக்க வேண்டும் என்று நமக்குக் கேள்வி கேட்க முடியும். ஆனாலும் கதையில் ஆயிரம் மர்மங்களை மூடிவைத்திருக்கிறார் அழகிரிசாமி. மகன் வரும் நேரத்தில் மட்டும் அழகம்மாள் அவனது எரிச்சலான பார்வைக்குப் பிறகும் அலங்காரம் செய்துகொண்டு மினுக்குவது ஏன் எனத் தெரியவில்லை. படிப்பவனின் வாழ்க்கை அனுபவத்திற்கேற்ப மர்மங்கள் புரியும், புரியாமலும் நீடிக்கும். இம்மாதிரியான கதைகள் ஒரு ரகத்தன.

வெறும் நாய், காற்று முதலியன அழகிரிசாமியின் கதைகளில் இன்னொரு வகையின. 'தாமரை' வகைக் கதைகள் என்று நெகிழ்ச்சியாக ரகப்படுத்தலாம். வழக்கமாகவே அவரது கதை களில் சொல்லப்படாத கேலியோ துயரமோ அடிநாதமாய் ஓடிக்கொண்டிருக்கும். தாமரை வகைக் கதைகளில் அவை குரல் எடுத்துவிடும். அதற்காகப் பெருங்குரலெடுத்து 'ஓ' என்று கத்தாது, சிணுங்கும். தன் நாயைக் கடித்ததற்காய் ஏழை வீட்டு நாயை விரட்டிவிட்டு, அவனையும் கடிந்துகொள்கிறார் பணக்கார டாக்டர். அவரது கோபத்திற்கும் பகைக்கும் ஆளாகி விடக் கூடாது என்பதற்காக அவனது நிலையையும் மீறிப் பல உதவிகளைத் தக்க நேரத்திலும் அவன் செய்கிறான். டாக்டர் அதை எல்லாம் அலட்சியம் செய்ததோடு அவன் மனைவியையும் அவமானப்படுத்துகிறார். இந்த நிலையில் டாக்டருக்குப் பயந்து வேறு ஒருவரிடம் கொண்டு விடப்பட்ட நாய் திரும்பி வந்து சமயம் பார்த்துக் காத்திருந்து டாக்டரை ஒரு நாள் கடித்துவிடுகிறது. ஏழையின் மனைவி கணவனைப் பார்த்து அன்று சொல்கிறாள்: 'ஒரு நாள் கல்லால் எறிந்து விரட்டியதற்கு அது பழிவாங்கிவிட்டது. நீயோ'. இந்த அளவோடு பாத்திரத்தின் குரல் ஒடுங்கிவிடும். கதாசிரியர் வாயைத் திறக்கமாட்டார். இந்தக் கதை தாமரையில் வந்திருக்கும் என்று எதிர்பார்ப்பீர்கள். காண்டீபம், 1951 பொங்கல் மலரில் வந்தது. இதே வகையில் ஜன்னல்கூட இல்லாத சென்னை ஒட்டுக்குடித்தன வறுமையைச் சொல்லும் 'காற்று'தான் தாமரையில் வந்தது. வெறும் நாய் கதை வகையை 'அழகிரியிசம்' என்றுகூடக் குறிப்பிட்டு ஒரு வாசகர் கடிதம் எழுதினார் அச்சமயம்.

அண்ணனின் குடும்பத்திற்கே உழைத்து ஓடாகிப்போன தம்பி ஒருநாள் அண்ணியைப் பெண்டாள முயல்கிறான். தற்செயலாய் அண்ணன் அதைப் பார்த்துவிடுகிறான். தம்பி துடிக்கிறான்.

அண்ணன் வாய்பேசவில்லை. அவளோ விருப்பு வெறுப்பற்று உணர்ச்சிகளற்று வறுமையில் பிணமாகிக் கிடப்பவள். தம்பியை ஒரு வார்த்தை கேட்காமல் ஊருக்கு அனுப்பிவிடுகிறான். தானோ தம்பியோ மனைவியோ தீர்க்க முடிகிற பிரச்சனை அல்ல இது என்று பொருமி முடிக்கிறான் அண்ணன். இது இரு சகோதரர்கள் கதை. சம்பவம் அல்ல முக்கியம். சம்பந்தபட்டவர் மனநிலைதான் அழகிரிசாமி தேர்ந்துகொள்ளும் களன். இதுவும், முகக்களை, பார்த்தது போன்ற கதைகளும் மனஉலக சஞ்சாரம் கொண்ட இன்னொரு வகைக் கதைகள்.

திரிவேணி ரகக் கதைகள் அழகிரிசாமி கதைகளில் தனி வகை. அவற்றின் நடையும் மொழியும் பெரும்பான்மைக் கதைகளிலிருந்து வேறுபட்டவை. இசை ஆர்வலர்கள், மரபார்ந்த மனம் படைத்தவர்கள், தெய்வம் மனுஷ்ய ரூபம் என்கிற மாந்த நேயர்கள் என்னும் தனித்தனிக் கூட்டத்தவரையும் மொத்தமாகக் கவர்ந்து விடுபவை இவை. கி.ரா. தான் தொகுத்த அழகிரிசாமியின் கதைத் தொகுப்பில் கடைசிக் கதையாகத் திரிவேணியை வைத்ததுகூடச் சோகம் கலந்த சாந்தி நிறைந்த மனத்தோடு வாசகன் அழகிரிசாமியிடமிருந்து பிரிய வேண்டும் என்றுதானோ என்றுகூட எனக்குத் தோன்றியது.

'திரிவேணி என்கிற அழகிரிசாமியின் இந்தக் கதை தமிழில் இதுவரையில் வெளிவந்திருக்கும் கதைகளில் சிறந்த ஒன்று என்பது என் அபிப்பிராயம். அதைப் படித்தவர்கள் எல்லோரும் என் அபிப்பிராயத்தை ஏற்றுக்கொள்வார்கள் என்பது பற்றி எனக்குச் சந்தேகமேயில்லை' என்கிறார் க.நா.சுப்ரமண்யம். அவருக்கும் திரிவேணியைப் பிடிக்கும். காலம் தலைகீழாய் மாறித் தொங்கும் இன்றும் அந்தக் கதை இளகிய மனம் படைத்தவர்களை நெகிழச் செய்துவிடும் என்றுதான் தோன்றுகிறது.

விதவிதமான கதைகள், படித்துச் சுவைக்க வேண்டியவை. அவற்றை என்ன எழுதினாலும் தீராது. ஏதோ ஒரு ஊற்றைக் கொண்டிருக்கின்றன அவை. தோண்டத் தோண்டச் சுரக்கின்றன.

IV

எழுதத் தொடங்கிப் பத்தாண்டுகளுக்குப் பிறகு 1952இல் அழகிரிசாமியின் முதல் இரு சிறுகதைத் தொகுதிகள் வெளிவந்தன. 'கு. அழகிரிசாமி கதைகள்' (1952 ஜூன்) என்ற அவரது பெயரிலேயே அமைந்த சிறுகதைத் தொகுதி அவரது இரண்டாவது சிறுகதைத் தொகுதி. *சக்தி* காரியாலயம் வெளியிட்ட அத்தொகுதியில் பத்துக் கதைகள் இருந்தன. அந்நூல் வெளிவரும்போது 'சிரிக்கவில்லை' (கதைகள்), 'காதல் போட்டி' (கதை), 'டாக்டரா விபசாரியா?'

(நாவல்) ஆகியவை வந்துவிட்டிருந்தன. 'காதல் போட்டி' சிறு நாவல் என்ற குறிப்புடன் கல்யாணிப் பதிப்பகத்தின் முதல் வெளியீடாக அக்டோபர் 1951இல் வெளிவந்துள்ளது. 'காதல் போட்டி' தனி நூலாகத் தொடராமல், 'காலகண்டி' (1959) தொகுதியில் ஒரு கதையாகப் பின்னர் இணைந்துவிட்டது.

அழகிரிசாமியின் முதல் சிறுகதைத் தொகுதி 'சிரிக்கவில்லை' (1952 ஜனவரி) நூலை வெளியிட்டது *தமிழ்ப் புத்தகாலயம்*. அதைத் தொடர்ந்து 'தவப்பயன்' (1956), 'காலகண்டி' (1959), 'தெய்வம் பிறந்தது' (1960), 'இரு சகோதரர்கள்' (1961), 'கற்பகவிருட்சம்' (1965), 'வரப்பிரசாதம்' (1966), 'அன்பளிப்பு' (1967) ஆகிய எட்டுத் தொகுதிகளையும் மற்ற அவரது அல்புனைவுகளையும் வெளியிட்டு அவரது ஆஸ்தான பதிப்பகமாக அவரது அமரத்துவம் வரை விளங்கியது *தமிழ்ப் புத்தகாலயம்*. ஆசிரியர் பெயரிலேயே கதைத் தொகுதிகளை வெளியிடும் புதுமையைச் செய்த வை. கோவிந்தன், புதுமைப்பித்தன், ரகுநாதன் ஆகியவர்களோடு அழகிரிசாமிக்கும் அப்படி வெளியிட்டார். (அதற்குப் பிறகு அழகிரிசாமியின் கதை நூல்களை அவர் வெளியிடவில்லை.) 1967இல் அந்த நூல் மறுபதிப்பானபோது 'அன்பளிப்பு' எனப் பெயரை அழகிரிசாமி மாற்றிவிட்டார். கூடுதலாகத் 'தேவ ஜீவனம்', 'எங்கிருந்தோ வந்தார்' என்ற இரு கதைகளையும் சேர்த்தார். இந்தத் தொகுதியின் தலைப்புகள் அவரே வைத்தவை.

அழகிரிசாமி மறைந்து 17 ஆண்டுகளுக்குப் பிறகு தேன்மழைப் பதிப்புகள் வெளிவரத் தொடங்கின. இடையில் அழகிரிசாமி கதைகள் தொகுப்பு ஒன்று 1983இல் அக்டோபரில் அழகிரி பதிப்பகம், சென்னை மூலம் வெளிவந்தது. வை. கோவிந்தன் வெளியிட்ட கு. அழகிரிசாமி கதைகள் தொகுதியின் பத்துக் கதைகளுடன், மலேயா தொடர்பான அவரது ஐந்து கட்டுரைகளும், சென்னைக்கு வந்தேன் கட்டுரையும் அத்தொகுதியில் சேர்க்கப்பட்டிருந்தன. தவிர மலேசிய அமைச்சர்கள், நண்பர்கள் அன்புரைகளும் உண்டு. காஜாங் தமிழ்ப் பள்ளி தலைமையாசிரியர் சி. கமலநாதனின் உதவியுடன் அழகிரிசாமியின் மனைவி மலேயாவில் வெளியிட்ட இந்நூலின் இந்திய விலை ரூபாய் 15.

1980களின் இறுதியில் சென்னை, தேன்மழைப் பதிப்பகம் கதைத் தொகுதிகளையும் பிற அல்புனைவுகளையும் வெளியிடத் தொடங்கியது. முன்பு *தமிழ்ப் புத்தகாலயம்* வெளியிட்டிருந்த சிறுகதைத் தொகுதிகளைத் தேன்மழை முதல்பதிப்பு என்னும் குறிப்புடன் மறுபதிப்பு செய்தது. நூல்வடிவம் பெறாத சிறுகதைகளை, 'செவிசாய்க்க ஒருவன்' (மார்ச் 1987), 'கவியும் காதலும்' (மார்ச் 1990), 'துறவு' (மார்ச் 1990), 'புதிய ரோஜா'

(மார்ச் 1990) என்னும் புதிய நான்கு தொகுதிகளாக்கியது. புனைவுகளையும் மற்றவற்றையும் வெகுவேகமாக வெளியிட்டு வந்த அந்நிறுவனம், பின்னர் ஏனோ சுணங்கியது. கடந்த 15 ஆண்டுகளாகச் சிறுகதைத் தொகுப்புகள் எவையும் மறுபதிப்பு கண்டதாகத் தெரியவில்லை.

2002இல் அழகிரிசாமியின் கதைகள் சாகித்திய அக்காதெமி மூலம் பெரும் தொகுப்பாக வெளிவந்தது. கி. ராஜநாராயணன் தொகுப்பாசிரியர். அனைத்துக் கதைகளையும் கொண்டது என்ற தோற்றத்தைத் தரும் அந்நூலில் 65 கதைகள் இடம்பெற்றுள்ளன. நூல் அளவு, விலை முதலிய அம்சங்கள் முதலிலேயே தீர்மானிக்கப் பட்டுவிட்டதால், தனக்குக் கிடைத்த எல்லாக் கதைகளையும்கூட அதில் சேர்க்க முடியாது போய்விட்டது என்பது போல ஒரு பதில் இதன் தொடர்பில் கி.ரா.விடமிருந்து எனக்குக் கிடைத்தது.

அழகிரிசாமி கதைத் தொகுதிகள் 13 வெளிவந்துள்ளன. 65 கதைகள் கொண்ட மேற்சொன்ன ஒரு பெரும் தொகுப்பும் பத்துக் கதைகள் கொண்ட ஒரு சிறுதொகுப்பும் ('அம்ருதா', 2007) அந்த 13 தொகுதிகளில் வந்த கதைகளைக் கொண்டவையே. பத்துக் கதைகளின் சிறுதொகுப்பு, தேர்ந்தெடுக்கப்பட்ட கதைகளின் மூலம் அழகிரிசாமியை அறிமுகப்படுத்தும் நோக்கம் கொண்டது. அந்தப் பெரும் தொகுப்பு ஏறக்குறைய முழுத் தொகுப்பு என்ற நோக்கத்தை நிறைவு செய்ய முயல்வது. இப்போது வெளிவரும் பழ. அதியமானின் தொகுப்பு கு. அழகிரிசாமியின் 105 கதைகளைக் கொண்ட முழுத் தொகுப்பாகும்.

'கு. அழகிரிசாமி சிறுகதைகள் முழுத்தொகுப்பு' (2011)
நூல் முன்னுரையின் ஒருபகுதி

க.நா. சுப்ரமண்யம் (1912–1988)

ஓர் எழுத்தியக்கம்

க.நா. சுப்ரமண்யம் எழுதிய நூல்களை நாவல்கள், சிறுகதைகள், கவிதைகள், நாடகங்கள், கட்டுரைகள், மொழிபெயர்ப்புகள் என ஆறு வகையாகப் பிரிக்கலாம். இலக்கிய வரலாறு அவரை விமர்சகராகவும் மொழிபெயர்ப்பாளராகவும் பதிவு செய்துகொண்டு அவரது மற்றவகைப் படைப்புகளைப் பின்னுக்குத் தள்ளியிருக்கிறது. என்றாலும் நாவல்களும் மொழிபெயர்ப்புகளும் எண்ணிக்கையில் முதலிரு இடங்களைப் பெற்றுவிடுகின்றன. சிறுகதைகள், கட்டுரைகள், கவிதைகள், நாடகங்கள் என்ற வரிசையில், எண்ணிக்கை வகையில் மற்ற படைப்புகள் அமையும். மொழி பெயர்ப்புகளில் பிறமொழிகளிலிருந்து தமிழுக்கும் தமிழிலிருந்து ஆங்கிலத்துக்குமானவை அடங்கும். உலக இலக்கியம், இலக்கியாசிரியர்கள் பற்றி எழுதியவை விமர்சனக் கட்டுரைகளில் அடங்கும்.

கந்தாடை நாராயணசாமி சுப்ரமண்யம் எழுதிய நூல்கள் எல்லாவற்றையும் இன்றைய வாசகன் ஒருவனால் படித்துவிட முடியும் என்று சொல்ல முடியவில்லை. இவற்றை ஒருசேரப் பார்ப்பதுகூடச் சாத்தியமல்ல எனத் தோன்றுகிறது. சாகித்திய அகாதெமிக்காக 2000இல் இம்முயற்சியில் இறங்கிய தஞ்சை பிரகாஷ் வெற்றி பெற இயலவில்லை. இலக்கியச் சிந்தனையின் தூண்டுதலில் இம்முயற்சியில் சென்ற ஆண்டு (2011) ஈடுபட்ட கி. அ. சச்சிதானந்தம் 'அவற்றைத் தேடிக் கண்டுபிடிப்பது என்பதும் சுலபமான காரியம் அல்ல' என்று சொல்லிவிட்டார். 76 ஆண்டு காலம்

வாழ்ந்து, 60 ஆண்டு காலம் சளைக்காமல் எழுதிய க.நா.சுவின் நூல்களை எல்லாம் தொகுத்தால் 20,000 பக்கங்கள் வரலாம் என்பது அவரது யூகம். இது குறைவான மதிப்பீடு என்பது என் எண்ணம். க.நா.சுவின் நூல்கள் நாட்டுடைமையாகிவிட்டதால் உரிமை பற்றிக் கவலையின்றி எல்லாவற்றையும் தொகுத்து எவராவது வெளியிடலாம் – ‘காவ்ய’ப் பதிப்பாக அல்லாமல்! நூற்றாண்டை ஒட்டி வெளியிட்டால் பொருத்தமாகவும் இருக்கும்.

2012இல் நூற்றாண்டு காணும் தமிழ் இலக்கியவாதிகளுள் முக்கியமான நால்வர் க.நா.சுப்ரமண்யம், மு. வரதராசன், கோ. வன்மீகநாதன், ஜி.வரதராஜன் ஆகியோர். மொழிபெயர்ப்பிலும் பழந்தமிழ் சமய நூல்களுக்கு உரை எழுதுவதிலும் ஈடுபட்ட பின்னிருவரின் படைப்புகள் எண்ணிக்கையில் குறைவு. இலக்கியம் பற்றிய பார்வையில் ஏறக்குறைய எதிர் – துருவங்களாய்க் கருதத்தக்க முன்னிருவரும் படைப்பு எண்ணிக்கையில் இணைந்த இமயங்களாய் இருக்கின்றனர். க.நா.சு., மு.வ. இருவரின் படைப்புகள், அவர்கள் வயதினும் மிகுதி. 62 வயது வாழ்ந்த மு.வ.வின் நூல்கள் 85 என்கிறார்கள். அவை பட்டியலுக்குள் வந்துவிட்டன. க.நா.சு. 76 ஆண்டுகள் வாழ்ந்தார். ஏறக்குறைய 107 நூல்கள் அவரது முழுமைபெறாத பட்டியலில் சேர்ந்துள்ளன. ஆறு மாத காலத்தில் கிடைத்த நேரத்தில் தேடியதில் கிடைத்ததன் இருப்புக் கணக்கு இவை.

ஒரு படைப்பாளியைப் பற்றி மதிப்பிட (சாதகமாகவோ பாதக மாகவோ) முதல் ஆதாரமாக இருப்பவை அவரது படைப்புகள். அவையே முழுமையாகவும் ஒழுங்காகவும் கிடைக்காதபோது அவரைப் பற்றிச் சரியான ஆய்வுகள் உருவாகவும் விவாதம் மேலெழும்பவும் வாய்ப்புகள் இல்லை. சமகாலப் பார்வை சார்ந்த அரசியல், தனிப்பட்ட அன்பு அல்லது விரோதம், மதிப்பு அல்லது பொறாமை கலந்த மதிப்பீடுகளும் வதந்திகளும் தொடர்ந்து பரவும். அது ஒருவரிடமிருந்து ஒருவருக்குப் பரவும் தொற்றுநோய். வாசகன் சுயமாகப் படித்து அவனாக உருவாக்கிக்கொள்ளும் கருத்தும் மதிப்பீடும்தான் அவனுக்குள் இறங்கிச் செரிக்கும். மற்றவை என்ன இருந்தாலும் அன்னியப் பொருள்கள்தாம். அவற்றை உடம்பு ஒரு கட்டத்தில் வெளியேற்றிவிடும்.

படைப்புகள் பொதுவெளியில் இல்லாததினால், அவற்றைப் பற்றிய சில தகவல்களை வைத்திருப்பவர்கள்கூட ஆய்வாளர்களாக மகுடம் சூட்டிக்கொண்டு திரிகிறார்கள். தகவல்கள் ஆய்வுகள் அல்ல என்ற ஆய்வுலகின் பாலபாடத்தைத்தான் தமிழ்ச் சமூகத்தில் திரும்பத் திரும்பச் சொல்ல வேண்டியிருக்கிறது. இது கேவலம். ஒரு மொழியின், இலக்கியத்தின் ஒரு கூறுமீது

வெளிச்சம் பாய்ச்சிய படைப்பாளிக்கு அவனது சமூகத்தின் பின்தேவைக்கான முன்தயாரிப்பு அவனது நூற்பட்டியல். இங்கே க.நா.சு. அரை நூற்றாண்டுக்கும் மேலாக எழுதிக் குவித்திருக்கிறார். அவரது கருத்துகளைக் காலம் இன்னும் பழசாக்கிக் குப்பைக்குத் தள்ளி விடவில்லை. அப்படியே தள்ளினாலும் அவரது மொழிபெயர்ப்புகளும் விமர்சனங்களும் உரமாகும் குப்பைகளாகவே இருக்கும்.

இந்தச் சூழலில் க.நா.சு. பற்றிய ஆய்வுக்கான முன்தயாரிப்பாக அவரது நூற்பட்டியலை, முழுக்குறிப்புகளுடன் ஆயத்தப்படுத்த விரும்பினேன். அப்பணி முடியவில்லை. இந்நூற்றாண்டில் முடியலாம். அதற்கு முன்னால் அப்பட்டியலை வாசகர்களின் கவனத்துக்கு முழுமைப்படுத்தும் நோக்கத்தில் சில சாதாரண விவரங்களுடன் தர விரும்பியதன் விளைவு இக்கட்டுரை.

பத்திரிகை எழுத்து

மணிக்கொடி, சூறாவளி, சந்திரோதயம், சரஸ்வதி, தேனி, இலக்கிய வட்டம், எழுத்து இறுதியாக *முன்றில்* போன்ற இதழ்களுடன் தொடர்புகொண்டும் நடத்தியும் இருந்த க.நா. சுப்ரமண்யத்தின் படைப்புகள் பெரும்பாலும் பத்திரிகைகளில் வெளிவந்த பின்னரே நூல்களாகியுள்ளன. 'பெரிய மனிதன்' சுதேசமித்திரனில் வந்தது. 'படித்திருக்கிறீர்களா' சுதேசமித்திரன் வாரப் பதிப்பில் வந்த தொடர். 'நளினி' (1959) சந்திரோதயத்தில் (1945) தொடர்கதையாக 'சமூகச் சித்திரம்' என்ற தலைப்பில் பிரசுரமானது. முதலில் எழுதிய நாவலான 'சர்மாவின் உயில்' சுதேசமித்திரன் (1946) வாரப்பதிப்பில் தொடராக வந்தது. சமூகச் சித்திரம், நல்லவர், ஆட்கொல்லி ஆகியவை வானொலியில் ஒலிபரப்பானவை. இலக்கியத்துக்கு ஓர் இயக்கம் இலக்கிய வட்டத்தில் பிரசுரமான கட்டுரைகள்.

க.நா.சுவின் சில நாவல்கள் முதலில் வானொலியில் ஒலிபரப்பான தகவல் எனக்கு ஆச்சரியமாக இருந்தது. க.நா.சு. போன்றவர்களின் ஆழமான எழுத்துகள் வானொலி போன்ற திருப்பிக் கேட்க, திருப்பிப் பார்க்க வாய்ப்பற்ற ஊடகத்தில் வெளிவரும்போது படைப்பாளனின் உணர்வு எந்த அளவுக்கு வாசக மனத்துக்குள் போய் இறங்கும் என்ற சந்தேகம் யாருக்கும் வரக்கூடியதே. வானொலி வெளிப்பாடு கணத்தில் தோன்றிக் கணத்தில் மறையும் ஒலிக்கீற்று. நேயனின் மனத்தில் ஊடுருவிப் பாய அது மின்னலைப் போல இருக்க வேண்டும். க.நா.சுவின் எழுத்துகள் மின்னல் அல்ல. மீண்டும் படித்துப் புரிந்துகொள்ள வேண்டிய, நிதானமாகப் படித்தறிய வேண்டிய, சராசரி வாசகனின் புரிதலுக்கு மீறிய மூடுண்ட எழுத்துகள். இவ்வகை

எழுத்துகள் இத்தன்மை உடைய ஊடகம் மூலம் எங்ஙனம் பரவ முடியும் என்று குழம்பி நின்றேன். வானொலியில் ஒலிபரப்பான நாவல்களுள் ஒன்றான 'ஆட்கொல்லி' முன்னுரையில் என் குழப்பத்தை முன்னுணர்ந்தவர் போலக் க.நா.சு. விவரிக்கிறார்.

> ரேடியோவில் வாராவாரம் வாசிக்க ஒரு நாவல் வேண்டு மென்று அவர் [டி.என். விசுவநாதன்] கேட்டபோது இதை எழுதித் தந்துவிடுவதாக ஒப்புக்கொண்டேன். நாவலைச் சுலபமானதான, சம்பவங்கள் நிறைந்ததாக, சுலபமாக வாராவாரம் பின்பற்றக் கூடிய சுவாரசியமான தொடர் கதையாக அமைக்க விரும்பவில்லை நான். ரேடியோ மூலம் கனமான கருத்துள்ள ஆழ்ந்துள்ள, கவனிக்க வேண்டிய, ஊம் கொட்டாமல் நின்று நிதானித்துச் சிந்திக்க வேண்டிய நாவல் ஒன்று வெளியிட்டுவிட வேண்டும். சமூகச் சித்திரம் என்று முன்பு எழுதிய ஒரு லேசான கதைக்குப் பரிகாரமாக என்று எனக்குத் தோன்றியது. அப்படியே செய்தேன்.

தொடர்ந்து வானொலியில் க.நா.சுவின் நாவல்கள் ஒலிபரப் பானதாகத் தெரியவில்லை. எப்படி ஆகும்?

நாவல் எண்ணிக்கை

சமூகச் சித்திரம் தொடங்கித் தந்தையும் மகளும் உள்ளிட்டு 17 நாவல்களின் பெயர்களைக் குறிப்பிட்டுப் 'போன்ற 20 நாவல்கள்' என்று க.நா.சுவின் நாவல்களின் பட்டியலைத் தருகிறார் தஞ்சை பிரகாஷ், சாகித்திய அகாதெமியின் இந்திய இலக்கியச் சிற்பிகள் வரிசையில் எழுதிய நூலில். இவை தவிர அச்சில் வராமல் உள்ள நாவல்கள் எனத் திருவாலங்காடு (4 பாகம், 1000 பக்கத்துக்கு மேல்), மால்தேடி, வக்கீல் ஐயா, ஜாதிமுத்து, சாலிவாஹணன், சாத்தனூர் போன்ற 15க்கும் மேற்பட்டவை கையெழுத்துப் பிரதிகளாக உள்ளனவாம். ஆக மொத்தம் 35 நாவல்கள் தேறுகின்றன. இவை நாவல்கள் மட்டும். பிரசுரமானவை, பிரசுரமாகாதவை என்ற வகையில் அடங்கும் இவை மட்டுமல்ல க.நா.சு. எழுதியவை. அழிந்துபோனவை – மன்னிக்கவும் – கிழிந்துபோனவை என்ற ஒருவகையையும் இதில் சேர்க்க வேண்டியுள்ளது. 1949ஆம் ஆண்டு பேரன்பு என்னும் ஒரு நாடகக் காப்பியத்தைத் திருப்தி தராதபோது க.நா.சுவே கிழித்து எறிந்திருக்கிறார் என்று பிரகாஷ் குறிப்பிடுகிறார் (க.நா. சுப்ரமண்யம், ப. 53).

க.நா.சு. 'இலக்கியத்தடம்' (1991) நூலில் இடம்பெற்றுள்ள ஒரு நேர்காணலில் க.நா.சு. (1984) சொல்வதை இவ்விடத்தில் பார்க்கலாம்:

'ஏழுபே' (நாவல்) உங்கள் [வாசகர்] கண்ணில் பட்டிருக்க வாய்ப்பில்லை. புத்தகத்தை அச்சடித்து வீட்டில் வைத்துவிட்டு ஊருக்குப் போயிருந்தேன். வீட்டுக்காரன் வாடகை பாக்கி என்று எல்லாப் புத்தகங்களையும் பழைய புத்தகக் கடையில் விற்றுவிட்டான்.

க.நா.சு. குறிப்பிடும் 'ஏழுபேர்' நாவல் வெளிவந்ததோடு அவரது மூன்று நாவல்கள் தொகுப்பிலும் இடம்பெற்றுள்ளது. ஏன் அப்படிச் சொன்னார் என்று தெரியவில்லை. எது எப்படியோ வீட்டுக்காரனுக்கு வாடகை பாக்கி வைத்து அவஸ்தைப் பட்டிருப்பார் என்பதும் அது புத்தகத்தோடு சம்பந்தப்பட்டது என்பதும் விளங்குகிறது.

க.நா.சுவின் மொத்த நாவல் எண்ணிக்கை 35 தானா என்பது தெரியவில்லை. தமிழ் நாவல் 'நூறாண்டு வரலாறும் வளர்ச்சியும்' (1977) நூல், 'பசி', 'பொய்த்தேவு', 'ஒருநாள்', 'அசுரகணம்' ஆகிய நான்கு நாவல்களை மட்டுமே குறிப்பிடுகின்றது. "அவரது [க.நா.சுவின்] நாவல்கள் புத்தகமாக வந்திருப்பவை பன்னிரெண்டு. மூன்று நான்கு நாவல்கள் கைப்பிரதிகளாக இருக்கின்றன என்று நினைக்கிறேன்" – இது சி. சு. செல்லப்பா (எழுத்து, ஜனவரி 1966) குறிப்பிடுவது.

ஆய்வாளர்களுக்கும் வாசகர்களுக்கும்தான் க.நா.சு. எழுதிய நாவல் எண்ணிக்கை தெரியவில்லை என்று நினைக்க வேண்டாம். ஆசிரியரான க.நா.சுவுக்கும் அது குழப்பம்தான். 'ஒருநாள்' முன்னுரையில் தயக்கத்துடன் தெரிவிக்கும் வாசகம் இது:

"'ஒருநாள்' என்கிற இந்த நாவல் நான் எழுதிய நாவல்களில் ஒன்பதாவது என்று எண்ணுகிறேன்." 'எதையும் சந்தேகப்படு' என்று மார்க்ஸ் சொன்னதைத் தன் நாவல் விஷயத்திலும் கடைபிடிக்கும் க.நா.சுவைப் போய் வலதுசாரி என்று சொல்கிறார்கள்!

எழுதுவதில் சளைக்காதவரான க.நா.சு. தனக்குத் திருப்தி வர 'அசுரகணம்' (1959) நாவலை நான்கு தடவைகள் எழுதி யிருக்கிறார். "ஒரு பதின்மூன்று வருஷங்களுக்கும் அதிகமாக மனசில் ஊறிக்கிடந்த விஷயம் இது. பூரணமான உருத் தர நான் இதை நான்கு தடவைகள் எழுத வேண்டியதாக இருந்தது" ('அசுரகணம்', முன்னுரை). அசுர முயற்சி இன்றிச் சில நாவல்கள் உடனேயும் உருவாகியிருக்கின்றன. "இது [சர்மாவின் உயில்'] என்னுடைய முதல் நாவல். 1938இல் சேலத்தில் ஒரு ஹோட்டலில் தங்கி மூலபாடத்தை 15 நாட்களிலும், இந்த உருவத்தில் 21 நாட்களிலும் எழுதி முடித்தேன்" ('சர்மாவின் உயில்' முன்னுரை).

இதன் முதல் பதிப்பு ஜனவரி 1948இல் *கலைமகள்* காரியாலயம் மூலம் வெளிவந்தது. முதல் நாவல், எழுதிப் பத்தாண்டுகள் கழித்துத்தான் வந்திருக்கிறது. உயிலை எழுதுவது சிரமமல்ல, நடைமுறைப்படுத்துவது கடினம் என்பது உண்மைதானே.

இன்னொரு நாவலையும் இப்படிப் பலமுறை பல்லாண்டுகள் க.நா.சு. முயன்று முடித்திருக்கிறார். அது பித்தப் பூ. அதுதான் அவரது கடைசி நாவல்.

“பைத்தியத்தின் காரணங்கள் – அது தேகம் காரணமாக ஏற்படுகிறதா, மனம் காரணமாக ஏற்படுகிறதா, இரண்டிற்கும் ஏற்படுகின்ற அதிர்ச்சியினால் உண்டாகிறதா என்றெல்லாம் கண்டுகொண்டு கூறும் அளவில் இந்தக் காலத்தைய மனோதத்துவ அறிவு வளர்ந்துவிட்டதாய் நினைக்கிற மேல்நாட்டு மனோதத்துவ சாஸ்திரமும் ஓரளவிற்கு அசட்டுத்தனம்தான் என்று எனக்குத் தோன்றியதைச் சொல்லும் ‘பித்தப் பூ’ என்ற தலைப்பைக் கொண்ட நாவல் ஒன்று எழுத வேண்டுமென்று 1959இல் எண்ணினேன். மூன்றுதரம் வெவ்வேறு கோணங்களிலிருந்து வெவ்வேறு வழிகளில் எழுதிப் பார்த்தேன். திருப்தி அளிப்பதாக இல்லை. இப்போது செய்திருப்பது நாலாவது முயற்சி” [‘பித்தப் பூ’ (1989) முன்னுரை]. முடிவாக வெளிவந்த நான்காவது முயற்சியைப் பற்றிய அபிப்பிராயத்தைக் க.நா.சு. தெரிவிக்காததைக் கவனியுங்கள். எதையும் ஒன்றுக்கு நாலுதரம் செய்வதுதான் க.நா.சு.வின் நாவல் பழக்கம்போலும்.

முதலும் முடிவும்

க.நா.சுவின் முதல் நாவல் ‘பசி’ என்கிறது *காலச்சுவடு* கிளாசிக் வரிசையில் வெளிவந்த ‘பொய்த்தேவு’ நாவலின் பின்னட்டைக் குறிப்பு. சென்ற பத்தியில் முதல் நாவல் ‘சர்மாவின் உயில்’ என்று க.நா.சு. கூறுவதாக எழுதியிருந்தீர்களே என்று பார்க்கிறீர்களா! பொறுங்கள்.

‘சர்மாவின் உயில்’ (1948) நாவலின் முன்னுரையில் க.நா.சு. சொல்வது பின்வருவது. “ஜனவரி 1938இல் சேலத்தில் ஒரு மாசம் தங்கியிருக்க நேர்ந்தபோது இதை எழுதினேன். ‘சர்மாவின் உயில்’ என்னுடைய முதல் நாவல் . . . இத்தனை வருஷங்களுக்குப் பிறகு அதை ஆதரவுடன் புஸ்தக உருவில் வெளிக்கொணருகிற கலைமகள் காரியாலயத்திற்கு நான் பெரிதும் கடமைப்பட்டவனாகிறேன். இது 1946இல் *சுதேசமித்திரன்* வாரப் பதிப்பில் தொடர்ச்சியாக வெளியாயிற்று.”

ஆக ‘சர்மாவின் உயில்’ 1938இல் எழுதப்பட்டு, 1946இல் பத்திரிகையில் வெளியாகி, 1948இல் நூலாகியிருக்கிறது. ஆனால்

1938க்குப் பிறகு எழுதப்பட்ட 'பசி', 1943இல் வெளி வந்துவிட்டது. எனவே முதலில் எழுதப்பட்ட நாவல் 'சர்மாவின் உயில்' என்றும் முதலில் வெளியான நாவல் 'பசி' என்றும் சொல்லலாம்.

ஒரு நாவல் எழுதப்பட்டுப் பத்தாண்டுகள் கழித்து வெளிவருகின்றதா? ஒரு நூல் வெளியீட்டுக்கு இவ்வளவு காலம் எடுத்துக் கொள்வது இன்றைய பதிப்புச் சூழலில் ஆச்சரியமாகத் தோன்றும். 1940, 50களில் நிலைமை அப்படித்தான் இருந்தது. 1987 அக்டோபரில் வெளியான க.நா.சுவின் இன்னொரு நூலான ஐரோப்பியச் சிறுகதைகளின் வெளியீட்டுத் தாமதத்தை ஒப்பிட இந்தப் பத்து வருடம் ஒன்றுமேயில்லை.

"1942 வாக்கில் அல்லயன்ஸ் குப்புசாமி அய்யரிடம் கொடுத்த தொகுப்பு. 46 ஆண்டுகளுக்குப் பிறகு இப்போது 1987இல் நூலாக வடிவம் பெறுகிறது. கதைகள் இந்த அரை நூற்றாண்டில் பழசாகிப் போய்விடவில்லை" ('ஐரோப்பியச் சிறுகதைகள்' (1987), முன்னுரை).

குப்புசாமி ஐயரிடம் கொடுத்த பிரதியை அவர் பேரன் சீனிவாசன் வந்து நூலாக்குகிறார். தாமதம் எனக்கு அதிர்ச்சி தரவில்லை. பிரதியைப் பத்திரமாக வைத்திருந்ததுதான் எனக்கு ஆச்சர்யத்தைத் தந்தது.

க.நா.சுவின் முதலில் வெளிவந்த நாவல் 'பசி'யாக இருக்கலாம். ஆனால் முதலில் வெளிவந்த நூல் இவ்வாண்டு 150ஆவது பிறந்த ஆண்டைக் கொண்டாடிக்கொண்டிருக்கும் தாகூரின் வரலாறு. தாகூர் காலமானதை ஒட்டி அல்லயன்ஸ் வெளியிட்ட டி.கே. சிதம்பரநாத முதலியாரின் முகவுரையுடன் கூடிய நூல் 'கவி ரவீந்திரநாத தாகுர்' (1941). க.நா.சுவின் கடைசி நூல் கலைஞன் வெளியிட்ட 'மனித சிந்தனை வள'மாக (1988) இருக்கலாம். கடைசியாக அவர் முன்னுரை எழுதியது வேள் பதிப்பகம் வெளியிட்ட கலை நுட்பங்கள். 16 டிசம்பர் 1988இல் மறைந்த அவர் அந்த முன்னுரையை 4 டிசம்பர் 1988இல் எழுதியுள்ளார்.

அஞ்சல் வழி நாவல்

'நடுத்தெரு' என்ற நாவலைக் க.நா.சு. எழுதியது புதுமுறையில். தான் நடத்திய *இலக்கிய வட்டம்* இதழில் ஒரு தொடராக அதை எழுதாமல், ஒவ்வொரு இதழுடனும் தனித்தனியாக எட்டு, எட்டுப் பக்கங்களாகத் தொடர்ச்சியாகச் சந்தாதாரர்களுக்கு நாவலை எழுதி அனுப்பியுள்ளார். இலவச இணைப்பாக அஞ்சல் வழியில் நாவல்!

"இலக்கிய வட்டத்தின் ஒவ்வொரு இதழுடனும் எட்டுப் பக்கங்கள் நடுத்தெரு என்கிற நாவலின் பகுதியும் தரப்பட்டு வருகிறது என்று வாசகர்கள் கவனித்திருப்பார்கள். இந்தப் பகுதிகளைச் சேகரித்து வைத்துக்கொள்வதற்கு ஒரு *folder* தயாராகிக் கொண்டிருக்கிறது. அது 17 ஜனவரி 1964 இதழுடன் எல்லாச் சந்தாதாரர்களுக்கும் அனுப்பித் தரப்படும். நாவல் முடிந்த பின், கதையை பைண்டு செய்துகொள்ளப் புஸ்தக ஜாக்கெட் ஒன்றும் அச்சிட்டுத் தரப்படும்" (*இலக்கிய வட்டம்*, 20 டிசம்பர் 1963).

பைண்டு செய்யப்பட்ட புத்தகத்தை வைத்துப் படிக்கச் சிக்குப் பலகையும் படித்த பின் பாதுகாத்து வைக்க அலமாரியும் அனுப்புவது பற்றிய அறிவிப்பு ஏதும் தொடர்ந்து வந்த *இலக்கிய வட்டம்* இதழ்களில் கிடைக்கவில்லை.

நாவல் தொகுப்பு

சிறுகதைகளைத் தொகுப்பாக வெளியிடும் மரபு இருக்கிறது. தமிழில் நாவல்களைத் தொகுத்து முதலில் வெளியிட்டவர் அநேகமாகக் க.நா.சு.வாகவே இருக்கலாம். அவரது மூன்று நாவல்கள் (1985) ('ஏழு பேர்', 'பசி', 'அசுரகணம்'), நான்கு நாவல்கள் (1985) ('நளினி', 'வாழ்ந்தவர் கெட்டால்', 'ஆட்கொல்லி', 'பெரிய மனிதன்') என்ற நூல்கள் இவ்வகையின.

சிறுகதைத் தொகுப்புகள்

தெய்வ ஜனனம், அழகி, மணிக்கூண்டு, ஆடரங்கு, க.நா.சு. சிறுகதைத் தொகுப்பு I, II, III. ஆகியவை சிறுகதைத் தொகுதிகள. *தினமணி, சுதேசமித்திரன், தினமணி கதிர்* ஆகியவற்றில் வந்த முறையே 'பஸ்', 'பயணம்', 'பொய்க்கதைகள்' இன்னும் நூலாக வெளிவரவில்லை என்று பிரகாஷ் தெரிவித்திருக்கிறார். ஒரு கதாசிரியனுக்குச் சிறந்த கதைகள் பத்துத் தேறினாலே போதும் என்று சொன்ன க.நா.சுவின் கதைகள் எண்ணிக்கை நூறு இருக்கலாம்.

நவீனத்தின் அடையாளமாகவே ஆகிவிட்ட புதுமைப்பித்தனும் வடிவ நேர்த்தியில் தேர்ந்துவிட்ட கு. ப. ராவும் மனவுலகத்தை வெளிப்படுத்துவதில் முன்னேறிக்கொண்டிருந்த மௌனியும் புழங்கிக்கொண்டிருந்த வெளியில் அதைக் கண்டுணரும் விமர்சன ஆற்றல் பெற்றிருந்த க.நா.சுவால் அவர்களோடு ஒப்பிடப் படைப்பாற்றலில் குறைந்திருந்தது வருந்த வேண்டிய விஷயம் அல்ல. பெரும்பான்மையோர் அதைக் காணவே

முடியாது இருந்தபோது க.நா.சு. அதைக் கண்டதும் உணர்ந்ததும் வெளிப்படுத்தியதும் இலக்கியப் பேராற்றல்தான்.

மொழிபெயர்ப்புகள், விமர்சனங்கள்

தமிழ், ஆங்கிலம் தவிர பிரெஞ்சு, ஜெர்மன், ஸ்விடீஷ் மொழிகளும் க.நா.சுவுக்குத் தெரியும் என்று சொல்வது ஐதீகம். மொழிபெயர்க்கும் அளவுக்கு அம்மொழிகளில் அவருக்குப் பரிச்சயம் கிடையாது என்று பிரமிள் எழுதியுள்ளார். ஆங்கிலம் வழியாகவே அவரது மொழிபெயர்ப்புகள் அமைந்தன என்றாலும் அதில் ஒன்றும் பாதகமில்லை.

நோபல் பரிசு பெற்ற நூல்களின் மொழிபெயர்ப்புகள்; ஐரோப்பிய, ஜெர்மானிய, அமெரிக்க, உலகச் சிறுகதைகள்; ஜார்ஜ் ஆர்வெல், ஸ்டீபன் கிரேன், ஜாக் லண்டன், இப்சன் போன்ற தனிப்பட்ட எழுத்தாளர் படைப்புகள்; உலகத் தத்துவச் சிந்தனையாளர்கள்; உலகின் சிறந்த நாவலாசிரியர்கள்; உலகின் சிறந்த நாவல்கள்; உலகத்துச் சிறந்த நாடகங்கள்; உலக இலக்கியம் என்ற முறையில் க.நா.சு. மொழிபெயர்ப்புகளை வகைப்படுத்தலாம்.

க.நா.சுவின் மொழிபெயர்ப்புகள் விதவிதமான முறையில் நூல்களாகியுள்ளன. இவற்றில் சீர்மை இல்லை. உலகத்துச் சிறந்த நாவல்கள் என்ற பெயரில் இரண்டு நூல்கள் இருக்கும். ஒன்றில் 48 நூல்களின் சுருக்கங்கள்; மற்றொன்றில் 15 நூல்களின் சுருக்கங்கள். இதில்கூடப் பெரியது; சிறியது என்ற சீர்மை இருக்கிறது. ஒரு நூலின் கட்டுரைகள் இன்னொன்றிலும் இருக்கும். ஒரு நூல் மறுபதிப்பாகும்போது வேறு பெயரில் ஆகும். முழுதாகவும் மறுபதிப்பு ஆகாது. சில கட்டுரைகள் காரணமில்லாமல் காணாமல் போயிருக்கும். க.நா.சுவின் நூற்றாண்டிலாவது யாராவது இதை ஒழுங்குபடுத்திக் கொடுத்தால் நன்றாக இருக்கும். மொழிபெயர்ப்புகள்தாம் க.நா.சுவை அடுத்த தலைமுறைக்குக் கொண்டுபோகும்.

மூலமொழியில் அல்லது ஆங்கிலத்தில் இக்கதைகளையும் படைப்பாளர்களையும் ஒருமுறையாவது படித்தவர்களால்தான் க.நா.சுவைப் புரிந்துகொள்ள முடியும் எனத் தோன்றுகிறது. க.நா.சுவின் விமர்சனங்களும் அப்படித்தான். அறிமுகம் செய்வதாக நினைத்து இவற்றை எழுதினாலும் அவை எளிமையாக இருக்க வில்லை. அவரது பரந்த படிப்பின் காரணமாக ஆழமான விமர்சனமாக அவை தாமாகவே மாறிவிடுகின்றன என்று தோன்றுகிறது.

கு. அழகிரிசாமியைக் குறைவாகப் படித்திருந்தபோது க.நா.சு. எனக்குச் சாதாரணமாகத்தான் பட்டார். அழகிரிசாமியை முழுதாகப் படித்த பிறகு க.நா.சுவின் அழகிரிசாமி பற்றிய மதிப்பீடு எவ்வளவு ஆழமானது என்று புரிந்தது. அழகிரிசாமி தன் கதைகளை அடக்கமான தொனியில் எழுதுகிறார் என்பது க.நா.சுவின் சாதகமான, நுட்பமான விமர்சனங்களுள் ஒன்று. அதுவே அவரது கதைகளில் ஆதாரம் என்பதை மிகச் சில கதைகளிலிருந்தே க.நா.சு. கண்டு கொண்டுவிட்டார். அதுதான் க.நா.சுவின் இலக்கிய நுட்பம். க.நா.சுவின் இலக்கிய நம்பிக்கைகளுள் ஒன்று 'தாழ்ந்த சுருதியில் பேசுவது' என்பது.

அதேபோல உ.வே. சாமிநாதையரின் எழுத்து பற்றிய பார்வையும். "தமிழ்நாட்டில் 1789 முதல் 1930வரை வாழ்ந்த ஒரு ஐந்தாறு தலைமுறைகளின் வாழ்க்கை வளத்தை... நமக்கு ஓரளவுக்குக் காட்டியிருக்கிறார் சாமிநாதையர்" என்று ஓரிடத்தில் க.நா.சு. எழுதுகிறார் ('விமர்சனக் கலை', ப. 106). இதைத்தான் சாமிநாதையரின் எழுத்தில் பழங்காலம் x சமகாலம் குறித்து முறையே பெருமிதமும் வருத்தமும் இழையோடிக் கொண்டிருக்கும் என்று ஒரு கூடுதல் அடி எடுத்து ஆ.இரா. வேங்கடாசலபதி பேசுகிறார். பொ. வேல்சாமி உள்ளிட்டோர் வெவ்வேறு குரல்களில், முறைகளில் பெருமாள் முருகன் தொகுத்த 'உ.வே.சா.: பன்முக ஆளுமையின் பேருருவம்' (2005) நூலில் இக்கருத்தையே பேசி உறுதி செய்கிறார்கள். க.நா.சுவின் கருத்தை நீங்கள் மறுக்கலாம். ஆனால் அது ஏதோ ஒரு அடிப்படையிலானது என்பதும் பரந்த படிப்பின் சாரம் அவ்வடிப்படையில் இறங்கியிருக்கிறது என்பதையும் மறுக்க முடியாது என்றே நினைக்கிறேன்.

ஆங்கில நூல்கள்

"க.நா.சுவின் சொந்த நூல்கள் 10 (ஆங்கிலத்தில்)". க.நா.சுவின் நூல்களைப் பட்டியலிட்ட பிரகாஷ் இப்படிக் குறிப்பிடுகிறார். இந்த வரியின் நேர்ப்பொருள் புரியவில்லை எனினும் 10 ஆங்கில நூல்களை எழுதியுள்ளார் என்பதைத்தான் இப்படிச் சொல்கிறார் என ஏகதேசமாகக் கொள்ளலாம். அவை பற்றிய விவரங்களை அவர் தரவில்லை. "ஆங்கில மொழி நூல் ஒன்று! காஸ்மா பாலிட்டன் கிளப்" என்று ஒரு வரியும் இதே பட்டியலில் வேறொரு இடத்தில் வருகிறது. அதுவும் புரியவில்லை. சா. கந்தசாமியின் சூர்யவம்சம், நீல. பத்மநாபனின் தலைமுறைகள் ஆகிய நாவல்களைக் க.நா.சு. மொழிபெயர்த்திருக்கிறார். ராஜமையரின் கமலாம்பாள் சரித்திரத்தையும் அவர் மொழிபெயர்த்துக்கொண்டிருந்ததாகத் தெரிகிறது.

புதுவைப் பல்கலைக்கழகத்தில் வாழ்வின் இறுதியில் வருகைதரு பேராசிரியராக இருந்த காலத்தில் செய்த பாரதியின் காட்சி மொழிபெயர்ப்பையும் ஆங்கில நூலாகக் கொண்டால் மொத்தம் நான்கு ஆங்கில நூல்களே பார்வைக்குக் கிடைத்தன. சமணப் பின்புலத்தில் திருவள்ளுவரையும் திருக்குறளையும் விளக்கும் *Thiruvallvar and His Thirukkural (1987)* என்ற நூல் பாரதிய ஞானபீட வெளியீடாகத் தில்லியில் வெளிவந்தது. வ.ஐ. சுப்பிரமணியத்தின் அறிமுகத்துடன் க.நா.சுவின் நீண்ட முன்னுரையும் உண்டு. இந்நூலில் ஏறக்குறைய 48 அதிகாரங்கள் மொழிபெயர்க்கப்பட்டுப் பயன்படுத்தப்பட்டுள்ளன. திருக்குறள் நீதி நூல், அது இலக்கியமல்ல என்று ஐம்பதுகளில் எழுதியவர் க.நா.சு. இளங்கோ அடிகளின் சிலப்பதிகாரத்தை *The Anklet Story (1977)* என்ற தலைப்பில் பத்தாண்டுகளுக்கு முன்னரே மொழிபெயர்த்திருந்தார். தில்லி, Agam Prakashan வெளியீடான இது கதைசார்ந்த உரைநடை மொழிபெயர்ப்புதான். தமிழ்ப் பின்புலமுள்ள இவ்விரண்டு இலக்கிய நூல்கள் க. நா.சுவிடமிருந்து உருவானது ஆச்சர்யமல்ல. நீரத் சி. சௌத்ரியின் முன்னுரையுடன் மேக்மில்லன் வழியாக வெளிவந்த நூல் க. நா.சு. எழுதிய *The Catholic Community in India (1970).* இந்தியாவில் கத்தோலிக்கச் சமூகம் பற்றிக் க.நா.சு. எழுதியிருப்பது புதிதாகத் தெரியவரும்போது நிச்சயம் ஆச்சர்யம் தரும்.

"பாரதியின் காட்சிகள் (ஒரு வசன காவியம். பாரதியாரின் கையெழுத்திலேயே முழுக்க முழுக்க ஆப்செட் முறையில் அச்சடித்து அது புதுக் கவிதையோ வசன கவிதையோ அல்ல என்று நிரூபித்துக் க.நா.சு. பதிப்பித்த ஆய்வுக்கட்டுரையுடன் கூடிய நூல்)" என்று பிரகாஷ் க.நா.சுவின் கட்டுரை நூல் பட்டியலில் தெரிவித்திருந்தார். பாரதியின் கையெழுத்திலான நூல் என்ற அம்சம் ஆர்வத்தைத் தூண்டச் சிரமப்பட்டு அதைத் தேடிப்பிடித்தால் அந்நூல் அவர் சொன்ன முறையில் உருவாக வில்லை என்று தெரிந்தது. பட வேண்டிய சிரமம் எல்லாம் பட்ட பிறகு சலபதியிடம் பேச்சுவாக்கில் அலைந்ததைப் பற்றிச் சொல்ல நேர்ந்தது. அவரும் அதே நோக்கில் சில ஆண்டுகளுக்கு முன்பே அலைந்து திரிந்து ஏமாந்ததைச் சொன்னார். பிரகாஷ் புத்தகத்தைப் படித்துவிட்டு இப்படித் தேடி வேறு யாரும் ஏமாறாமல் இருக்கவே இதை இங்கே சொல்லிவைக்கிறேன்.

பாரதியின் காட்சி, *Bharathi Free Verse Experiment (Criticism & Translation in English) (1989)* என்பது அந்நூல் பெயர். 11 இயல்களைக் கொண்ட அத்தமிழ் நூலின் கடைசி மூன்று இயல்கள் மட்டும் ஆங்கிலம். பாரதியின் காட்சி ஆங்கிலத்தில் மொழிபெயர்க்கப்பட்டுள்ளது. பிரகாஷ் குறிப்பிடும் வகையிலான

கட்டுரை ஒன்பதாவது இயல். நூல் முன்னுரையில் அந்நூலின் பதிப்பாசிரியர் தெரிவிப்பது பின்வருவது.

"பாரதி தான் கைப்பட எழுதிய வசன கவிதைக் கையேட்டைச் சென்னைக்கு நேரில் சென்று சென்னை அருங்காட்சியக இயக்குநர் திரு. ஹரிநாராயணன் அவர்களை நேரில் சந்தித்து நிழற்படப்படி எடுத்து வந்தார்கள் [க.நா. சுப்ரமண்யம்]. அவர்கள் கொண்டுவந்த பாரதியின் சொந்தக் கையெழுத்து ஏடே அவர்தம் ஆராய்ச்சிக்குப் பொருளாயிற்று ... பாரதியின் காட்சி அதிலிருந்து உருவானதுதான்."

புனைபெயர்

நான் பார்த்தவரை க.நா.சு. அநேகமாக எல்லா உரைநடை நூல்களையும் சொந்தப் பெயரில் வெளியிட்டுள்ளார் என்று சொல்லலாம். மயன் என்ற பெயரில் கவிதைகளை அவர் எழுதிவந்தது பிரசித்தம். பத்திரிகைகளில் எழுதும்போது புனைபெயரைப் பயன்படுத்தியிருக்கலாம். நசிகேதன் என்ற பெயர் அவற்றுள் ஒன்று. *சரஸ்வதியில்* க.நா.சுவை விமர்சித்து வந்த ஒரு கட்டுரையில் மணிவாசகன் என்பவர் வேறொரு நோக்கில் குறிப்பிட்ட ஒரு தொடரில் சில புனைபெயர்கள் விவரம் பதிவாகியிருக்கிறது.

"சொல் நயமோ பொருள் நயமோ இல்லாத அம்மாமித் தமிழில் 'ஆண்டாள்' முதல் 'ராஜா' வரையில் ஓராயிரம் பெயர்களில் கதைகள் வெளியிட்டு வந்ததைத் தவிர – இவர் செய்த இலக்கியத் தொண்டுதான் என்ன?" *(சரஸ்வதி, இதழ் 7, மலர் 3).* அந்த மணிவாசகன் யார் என்று தெரியவில்லை.

பயணப் பிரியர்

ஹோட்டல் உணவின் ருசியில் மயங்கிக் கிடந்த க.நா.சுவின் வாழ்க்கை, பயணங்களால் நிறைந்தது. நெற்பயிரைப் போல இரண்டிடங்களும் மரத்தைப் போல ஓரிடமுமாக வாழ்க்கையை முடித்துக்கொண்டவர் அல்ல அவர். காற்றைப் போலச் சுழன்று கொண்டே இருந்திருக்கிறார். சாத்தனூரை விட்டுச் சென்னைக்கு ரயிலேறிய க.நா.சு. பயணத்திற்கு அஞ்சவில்லை. சிதம்பரம், சென்னை உள்ளிட்ட தமிழக நகர வாழ்க்கை 1965 வரை, 20 வருடம் தில்லி வாழ்க்கை (1965 – 85), மூன்றாண்டு புதுவை உள்ளிட்ட சென்னை வாழ்க்கை (1985–88). இறுதியில் தில்லிக்குச் சென்று நிகம்பூ மயானம் வழியாகப் போய்ச்சேர்ந்தார்.

சென்னை, தில்லி என்று நிரந்தர வசிப்பிடங்களை வைத்துக் கொண்டிருந்தாலும் இந்தியா முழுக்க, உலகின் பல பகுதிகளிலும்

சுற்றிப் பலப் பல மாதங்கள் தங்கி வாழ்ந்திருக்கிறார். சில மாதங்கள் திருவனந்தபுரத்தில் ராஜாராவுடன் ஒரு சாமியாரைச் சந்தித்துக்கொண்டு வாழ்ந்திருக்கிறார். நாகர்கோவிலுக்குப் போய் ஓரிரு மாதம் இருந்திருக்கிறார் – அப்போதுதான் சுந்தர ராமசாமியை வழிமாற்றிவிட்டது.

க.நா.சு. நாகர்கோவிலில் வாழ்ந்ததை சு.ரா. தன் நினைவோடையில் சொல்லியிருக்கிறார். வேறு பல ஊர்களில் தங்கியதைக் க.நா.சுவின் முன்னுரைகள் சொல்லிக்கொண்டிருக்கின்றன. ‘ஆடரங்கு’ முன்னுரை தாம்பரத்திலிருந்து (12 ஏப்ரல் 1955) எழுதப்பட்டிருக்கிறது. ‘முதல் ஐந்து தமிழ் நாவல்கள்’, ‘ஆட்கொல்லி’, ‘படித்திருக்கிறீர்களா’ ஆகியவற்றின் முன்னுரைகள் திருவனந்த புரத்தில் (1959) உருவாகியுள்ளன. தில்லியில் ‘கலை நுட்பங்கள்’ முன்னுரையும், மைசூரில் ‘பித்தப்பூவு’க்கான முன்னுரையும் தயாராகியுள்ளன. ‘நல்லவர்’ முன்னுரை மதுரையிலிருந்து எழுதப்பட்டது. ‘சர்மாவின் உயில்’ தயாரானது சிதம்பரத்தில்.

க.நா.சு. சொல்கிறார் ஒரு கதையில் . . . “என் பிரயாணங்களில் என் அறிவு விசாலித்திருக்கிறது என்றுதான் சொல்ல வேண்டும். ஒவ்வொரு ஊருக்கும் தனித்தனியாக ஒவ்வொரு நாற்றம் வீசுகிறது. தஞ்சாவூருக்கென்று பிரத்தியேகமான ஒரு நாற்றம். கும்பகோணத்திற்கென்று ஒரு பிரத்தியேகமான நாற்றம். மன்னார்குடிக்கென்று ஒரு பிரத்தியேகமான நாற்றம். திருவட்டீசுவரன் பேட்டைக்கென்று பிரத்தியேகமான நாற்றம். திருவனந்தபுரத்துக்கென்று ஒரு பிரத்தியேகமான நாற்றம். மதுரைக்குத் தனியாக ஒரு நாற்றம் உண்டென்பதை நான் திருப்பரங்குன்றம் பஸ்ஸில் போய்கொண்டிருக்கும்போது உணர்ந்துகொண்டேன்” (‘ரெட்டைப் பிள்ளையார்’, *சரஸ்வதி*, ஜுன் 1958).

காணிக்கைகள்

க.நா.சு. தனது நூல்களைக் காணிக்கையாக்கியிருக்கிற விதம் அவரது நம்பிக்கைகளைப் பிரதிபலிப்பதாகவே இருக்கிறது.

‘பொய்த்தேவு’ (1946) நாவலுக்குச் சிதம்பரத்திலிருந்து, விய ஆண்டு விஜயதசமி அன்று எழுதிய சமர்ப்பணம் கடவுளுடன் தொடர்புடையது.

“இந்தப் புஸ்தகத்தை நான் எழுதத் தொடங்கிய காலத்தில் முணுக்கு முணுக்கென்று ஒரே விளக்கு. அதிக வெளிச்சம் தராமல் எரியும் கர்ப்பகிருஹத்திலிருந்துகொண்டு என் காரியங்களில் குறுக்கிடாமல், என் வீட்டு வாசலில் இருந்தபடியே கவனித்து

வந்த சிதம்பரம் செங்கழுநீர்ப் பிள்ளையாருக்கு இப்புத்தகத்தைச் சமர்ப்பணம் செய்கிறேன்."

தொந்தரவு தராத பிள்ளையாருக்கு நாவலை அர்ப்பணித்த மறுமலர்ச்சி எழுத்தாளர் க.நா.சு.வாகவே இருக்கலாம்.

"எங்கள் குடும்பத்தை இரண்டு தலைமுறைகளுக்கும் அதிகமாக ஒருமையை உணரச்செய்த என் தகப்பனாரின் அம்மா (பாட்டி) அக்காவின் நினைவிற்கு இதைச் சமர்ப்பிப்பது நியாயம் என்று தோன்றுகிறது" என்று தன் முதல் நாவலைப் பாட்டிக்குக் க.நா.சு. காணிக்கையாக்கினார். எல்லாவற்றுக்கும் காரணமும் நியாயமும் தேடும் க.நா.சுவின் குணம் மேற்கண்ட வரிகளிலும் வெளிப்படுகின்றன. இது 'ஒருநாள்' நாவலின் இரண்டாம் பதிப்பு சமர்ப்பணத்திலும் உறுதியாகிறது.

"['ஒருநாள்' நாவலின்] முதற்பதிப்பு வெளியிட்ட அ.கி. கோபாலனுக்கு இதைச் சமர்ப்பணம் செய்வது பொருந்தும் என்று எண்ணி சமர்ப்பிக்கிறேன்" 'மனித குலச் சிந்தனைகள்' (1966) நூலை அப்போது காலமாகிவிட்டிருந்த முன்னாள் *தினமணி* ஆசிரியர் டி.எஸ். சொக்கலிங்கத்துக்குக் க.நா.சு. அர்ப்பணித்திருந்தார்.

> "புது விஷயங்களையும் புதுப் போக்குகளையும் ஆதரிப்பதில் டி.எஸ். சொக்கலிங்கம் அவர்களுக்கு இருந்த ஆர்வம் தமிழர்கள் கவனத்துக்கும் பெருமைக்கும் உரியதாகும். அவர் நினைவுக்கு இந்த நூலை நான் சமர்ப்பிக்கிறேன்"

காணிக்கைகளுக்கான ஆளுமைகளைத் தேர்வதில் க.நா.சு. செலுத்திய கவனத்தை, காணிக்கை வாசகங்களிலும் செலுத்தியிருப்பதை உணரலாம். புதுமைப்பித்தன் போன்ற இலக்கியவாதிகளையும் *மணிக்கொடி* போன்ற இலக்கிய இதழ்களையும் இலக்கிய உலகுக்கு அறிமுகப்படுத்தியதில் வ.ரா., டி.எஸ். சொக்கலிங்கம் போன்றோரின் பெரும்பங்கைக் க.நா.சு. கூர்மையாக உணர்ந்திருந்தார் என்பதற்கு மேலே கண்ட சமர்ப்பணம் ஒரு சான்று. பொருத்தம் பார்க்காமல் க.நா.சு. எதையும் செய்யமாட்டாரோ! இந்நூல் டி.எஸ். சொக்கலிங்கம் நடத்திய *நவசக்தி*யில் தொடராக வெளிவந்த கட்டுரைகளின் தொகுப்பு என்பது இன்னொரு பொருத்தம்.

க.நா.சுவுக்குச் சாகித்திய அக்காதெமி பரிசு பெற்றுத் தந்த நூலான 'இலக்கியத்துக்கு ஓர் இயக்கம்' (1985) சமர்ப்பிக்கப் பட்டிருப்பது முந்நூறு வாசகர்களுக்கும் இருபது எழுத்தாளர் களுக்கும்.

"...இந்த நூலைத் தமிழில் இன்று இருக்கிற இருநூறு முந்நூறு நல்ல வாசகர்களுக்கும் இலக்கிய தீபத்தை மங்கவிடாமல் எண்ணெய் வார்த்து, திரிபோட்டுக் காப்பாற்றிக்கொண்டிருக்கிற பத்து இருபது பெயர் சொல்லக்கூடிய இலக்கிய ஆசிரியர்களுக்கும் சமர்ப்பணம் செய்கிறேன்."

இருபது தலைவர்களும் முந்நூறு தொண்டர்களும் கொண்ட சிறு கூட்டத்தைப் பெருக்கத்தான் க.நா.சு. 100க்கும் மேற்பட்ட நூல்களை எழுதிக் குவித்தார். 'எழுதிக்கொண்டே இருந்த க.நா.சுப்ரமண்யம் என்று க.நா.சு. பற்றிய தன் நூலுக்கு பெயர் வைத்திருக்கிறார் கி.அ.சச்சிதானந்தம்.' பொருத்தம்தானே.

"இந்தத் தொகுதியில் உள்ள கதைகளுக்குள் வருகிற என் நண்பர்களுக்கு இதை நான் சமர்ப்பிக்கிறேன்" என்று 'ஆடரங்கு' சிறுகதைத் தொகுதியை (1955) நண்பர்களுக்கு அர்ப்பணித்தார். க.நா.சுவின் இளம் நண்பரான சா. கந்தசாமி தன் 'சாயாவனம்' நாவலை 'ஸ்ரீமதி ராஜி சுப்பிரமணியத்'துக்குச் சமர்ப்பித்திருக்கிறார் (1969). திருப்பிச் செலுத்தலோ!

க.நா.சு. (இறுதியாக?) அர்ப்பணித்த நூல் 'கலை நுட்பங்கள்'. 'இந்த நூல் ஆர். மகாதேவனுக்கு என் அன்புடன்' என்பது முன்னுரையின் உள்ளே கிடைக்கும் ஒரு சமர்ப்பண வரி. (இந்த ஆர். மகாதேவன் இன்றைக்கு உயர்நீதிமன்ற நீதிபதி. அன்றைக்கு வாசகர், பதிப்பாளர்.)

'அழகி' (1944) க.நா.சுவின் இரண்டாவது சிறுகதைத் தொகுதி. அல்லயன்ஸ் வெளியிட்ட தமிழ்நாட்டுச் சிறுகதைகள் வரிசையில் 10 ஆவதாக இடம்பெற்றது. அந்நூலைப் புதுமைப்பித்தனுக்கு அன்பளிப்பாக அளித்ததைக் க.நா.சு. பின்னாளில் நினைவு கூர்ந்துள்ளார்.

"என் முதல் கதைத் தொகுப்பான 'அழகி' வெளிவந்ததும் குருவினிடமிருந்து சிஷ்யனுக்கா, சிஷ்யனிடமிருந்து குருவுக்கா? என்று கேட்டுக் கையெழுத்திட்டு அவரிடம் (புதுமைப்பித்தனிடம்) ஒரு பிரதியைக் கொடுத்தேன். அந்தப் பக்கத்தைக் கிழித்தெறிந்து விட்டுப் புத்தகத்தை வைத்துக்கொண்டார்" ('புதுமையும் பித்தமும்', ப.25).

அந்தக் குறிப்பிட்ட பக்கத்தைப் புதுமைப்பித்தன் கிழித்தெறிய வில்லை. அதை அப்படியேதான் வைத்திருந்தார். அந்நூல் புதுமைப்பித்தன் சேகரத்திலிருந்து சலபதிக்குக் கிடைத்து, அதைக் காலச்சுவடு 'புதுமையும் பித்தமும்' நூலில் (2006) நகலெடுத்து வெளியிட்டும் உள்ளது. க.நா.சுவின் கையெழுத்து படிக்கும்படி

நன்றாக உள்ளது. அவர் சொல்வதுபோல 'அழகி' முதல் சிறுகதைத் தொகுப்பாகவும் தெரியவில்லை. 'தெய்வ ஜனனம்' ஜூன் 1943இல் ஜோதி நிலைய வெளியீடாக அதற்கு முன்பே வெளிவந்துவிட்டிருந்தது.

புத்தகப் பட்டியல்

க. நா. சுவின் புத்தகப் பட்டியலைத் தயாரிக்க முனைந்த எனக்கு அது அவ்வளவு சுலபமல்ல என்று உடனே தெரிந்துவிட்டது. குறிப்பிட்ட ஒரு பதிப்பகம் அல்லது சில பதிப்பகங்களில் மட்டும் அவரது நூல்கள் வெளியாகவில்லை. வெளியீட்டில் எந்த முறைமையையும் காண முடியவில்லை. எந்த ஒரு நூலகத் திலும் தனி நபரிடத்திலும் உறவினர்கள் உட்பட அவரது நூல்கள் முழுமையாக எங்கும் இல்லை. சு.ரா. நினைவு நூலகம் நாகர்கோவில், ரோஜா முத்தையா ஆராய்ச்சி நூலகம் சென்னை, பெரம்பூர் நண்பர் இலக்குமிபதி, மற்ற நண்பர்களின் சிறுசேகரங்கள் ஆகியவற்றிலிருந்து இப்பட்டியல் உருவாகியிருக்கிறது. புத்தக விளம்பரங்கள், மதிப்புரைகள் போன்றவையும் பயன்பட்டன. இது முன்பட்டியல், முழுமையாக்கப்பட வேண்டியது.

நாவல்

அசுரகணம் (1959)

அவதூதர் (1988)

அவரவர் பாடு (1963)

ஆட்கொல்லி (1957)

ஆயுள் தண்டனை

ஏழுபேர் (1946)

ஏழுமலை

ஒரு நாள் (1946)

கந்தர்வ லோகத்தில் கொலை

கருகாத மொட்டு (1966)

கோதை சிரித்தாள் (1986)

கோபுர வாசல்

சக்தி விலாசம்

சத்யாகிரஹி

சமூகச் சித்திரம் (1953)

சர்மாவின் உயில் (1948)

தந்தையும் மகளும்

தாமஸ் வந்தார் (1988)
நடுத்தெரு
நளினி (1959)
நான்கு நாவல்கள் (1955)
பசி (1943)
பட்டணத்து வாழ்வு (1961)
பித்தப் பூ (1987)
புழுதித் தேர்
பெரிய மனிதன் (1959)
பொய்த்தேவு (1966)
மாதவி (1959)
மூன்று நாவல்கள் (1985)
வாழ்ந்தவர் கெட்டால் (1951)
வாழ்வும் தாழ்வும்

அச்சில் வராதவை:

திருவாலங்காடு, மால்தேடி, வக்கீல் ஐயா, ஜாதிமுத்து, சாலிவாஹணன், சாத்தனூர்.

சிறுகதை

அழகி முதலிய கதைகள் (1944)
ஆடரங்கு (1955)
இரண்டு பெண்கள் (1965)
க.நா.சு கதைகள் I, II, III (1988)
சாவித்திரி சிறுகதை
சுந்தா பாட்டி சொன்னாள்
தீ! தீ கதைகள்
தெய்வ ஜனனம் (1943)
நாயக்கர் தஞ்சை கதைகள்
பதினேழு கதைகள்
மணிக்கூண்டு (1961)
மராட்டியர் தஞ்சை கதைகள்

கவிதை

க.நா.சு கவிதைகள் (1986)
புதுக் கவிதைகள் (1989)
மயன் கவிதைகள் (1977)

நாடகம்

ஊதாரி (1961)
ஏழு நாடகங்கள் (1944)
கலியாணி
நல்லவர் (1957)
பேரன்பு, கவிதை நாடகம்
மஞ்சளும் நீலமும்
வாழாவெட்டி

விமர்சனக் கட்டுரை

இந்திய இலக்கியம் (1984)
இந்திய மறுமலர்ச்சி சிந்தனையாளர்கள் (2002)
இலக்கிய வளர்ச்சி க.நா.சு பார்வையில் (1986)
இலக்கிய விசாரம் (ஒரு சம்பாஷணை) (1959)
இலக்கியச் சாதனையாளர்கள் (1985)
இலக்கியத்துக்கு ஓர் இயக்கம் (1984)
உலக இலக்கியம் (1989)
உலகத்தின் சிறந்த நாவல்கள் (1960)
கலை நுட்பங்கள் (1988)
கவி ரவீந்திரநாத தாகுர் (1941)
சிறந்த பத்து இந்திய நாவல்கள் (1985)
தமிழ் இலக்கிய விமர்சகர்கள் (1979)
படித்திருக்கிறீர்களா? (1957)
புகழ்பெற்ற நாவல்கள் (1955) (இரண்டு தொகுதிகள்)
புதுமையும் பித்தமும் (2006)
மனித குலச் சிந்தனைகள் (1966)
மனித சிந்தனை வளம் (1988)
முதல் ஐந்து தமிழ் நாவல்கள் (1957)
விமரிசனக் கலை (1959)

மொழிபெயர்ப்பு

அன்பு வழி – ஸ்வீடிஷ் – பேர்லாகர் க்விஸட் (1956)
ஆல்பர்ட் ஷ்வைட்ஸரின் சுயசரிதம் (1958)
உலகின் சிறந்த நாவல்கள் (1959)
எளிய வாழ்க்கை – ஹென்றி டேவிட் தேபரோ (1956)
ஐரோப்பியச் சிறுகதைகள் (1987)

குடியானவர்கள் – போலந்து
தாசியும் தபசியும் – பிரெஞ்சு
நல்ல நிலம் – கெரோல்
நிலவளம் – நார்வேஜியன் – நட்ஹாம்சன்
மதகுரு – போலந்து
மிருகங்கள் பண்ணை – ஜேம்ஸ் ஆர்வெல் – *(1956)*
விருந்தாளி – பிரெஞ்சு– ஆல்பெர் காம்யூ

ஆங்கில நூல்

Contemporary Indian Short Stories (Ed.) (1977)
Contemporary Tamil Short Stories (1978)
Generations (Novel) - Neela Padmanaban (1972)
Movements for Literature
Sons of the Sun (Novel) - Sa.Kandasamy (2007)
The Anklet Story (1977)
The Catholic Community in India (1970)
Thiruvalluvar and His Thirukkural (1989)
பாரதியின் காட்சி *(1989)*

காலச்சுவடு, டிசம்பர் 2011

சக்தி வை. கோவிந்தன் (26.06.1912 – 19.10.1966)

முன்னோடி பதிப்பாளுமை

> அன்பு இராமு தமிழ்நாட்டு வீர இளைஞர்களில் ஒருவர். சிறந்த தமிழபிமானி. தேசத் தொண்டர். சீர்திருத்தப் பிரியர். புதிய இலக்கியங்களை வெளியிடுவதில் பேரார்வம் கொண்டவர் (‘ஏழை படும் பாடு’, முன்னுரை)

என 1938இல் தமிழ்ப் பதிப்புலகுக்கு அறிமுகமாகும் வை. கோவிந்தன், ‘சக்தி’ வை. கோவிந்தன் அவர்கள் தமிழ்ப் பத்திரிகைத் துறை, பதிப்பகத்துறை ஆகியவற்றில் மாபெரும் சாதனைகள் புரிந்த பெரியார் ஆவார். தமிழகப் புதுமைக்கலை வளர்ச்சிக்கு அவர் ஆற்றியுள்ள தொண்டு பொன்னேட்டில் பொறிக்கத் தக்கதாகும். வை.கோ.வைப் போல் ஒரு புத்தகப் பித்தரை, விரிந்த மனம் படைத்த பதிப்பாளரை, தமிழக உழைப்பாளிகளுக்குத் தேசிய, சர்வதேசிய கலாசார விஞ்ஞானச் செல்வங்களை வாரி வழங்கிய வள்ளலைக் காண்பது அரிது (*தாமரை*) என 1966இல் புகழ்ந்து போற்றப்படும் நிலைக்குப் பதிப்பாளராக உயர்ந்தார்.

தமிழ்ப் பதிப்புலகில் தனக்கென ஓர் இடத்தை வை. கோவிந்தன் வகிக்கிறார். நல்ல உள்ளடக்கத் தேர்வு, அச்சின் அழகு, தாளின் உயர்வு, கட்டடத்தின் நேர்த்தி, விற்பனையில் புதிய அணுகுமுறைகள், விளம்பரத்தில் உத்திகள் எனப் பதிப்பிக்கும் நூலின் அத்தனை அம்சங்களிலும் வை. கோவிந்தன் கவனம் செலுத்தினார். புத்தகத் தயாரிப்பாளர்கள் குறைந்த பணத்தில் நூல் தயாரிக்க விரும்புகிற சூழலில், நூலின் நேர்த்திக்காகச் செலவு செய்ய வை. கோவிந்தன் தயங்கியதாகத் தெரியவில்லை.

தயாரிப்பை நன்கு கவனிக்கிற பதிப்பாளர் விற்பனையில் அக்கறை செலுத்துவதில்லை. விற்பனையில் கொடிகட்டிப் பறக்கிறவர்களின் நூல் தயாரிப்பு சொல்லும் தரமில்லை. இப்படி இன்றைய பதிப்புலகம் தறிகெட்டு ஓடும் சூழலில் நேற்றைய பதிப்புலகில் நூல் தயாரிப்பு, விற்பனை இவற்றில் சிறப்பான முறையோடு இயங்கிய ஒருவரை நினைத்துப்பார்க்க வேண்டிய தேவை உருவாகிறது.

புத்தக வெளியீட்டுத் துறையின் முன்னோடியாக விளங்கிய வை. கோவிந்தன் பதிப்புலகில் பல முன்னுதாரணங்களை ஏற்படுத்தினார். சிறந்த உள்ளடக்கம், அழகான உயர்தரமான பதிப்புகள், மலிவுப் பதிப்புகள் என அவரது சக்தி காரியாலயப் பதிப்புகளின் அடையாளங்கள் அமைகின்றன.

நூல்களின் உள் மற்றும் வெளிக் கட்டமைப்புகளில் வை. கோவிந்தன் காட்டிய கவனம் தொழிலுக்குரிய சிரத்தையையும் தாண்டி ஒரு கலைஞனின் ஆழ்ந்த பிரக்ஞையாக வெளிப்பட்டது.

நூலின் உள்ளடக்கத்தில் அதிக கவனம் செலுத்தியவர் வை. கோவிந்தன் என்பதற்குச் சான்றாக டால்ஸ்டாயின் போரும் வாழ்வும் நாவலின் தமிழ் மொழிபெயர்ப்பை வெளியிட அவர் எடுத்துக்கொண்ட கடும் சிரமத்தைச் சுட்டலாம்.

டால்ஸ்டாய், வை. கோவிந்தனின் மனம் கவர்ந்த உன்னத எழுத்தாளர். அவரது மானசீக பரமகுருக்கள் இருவரில் ஒருவர் (மற்றவர் காந்தி). சக்தி காரியாலயத்தின் முதல் நூல் *இனி நாம் செய்ய வேண்டியது யாது?* என்னும் டால்ஸ்டாயின் நூலே. டால்ஸ்டாயின் *போரும் வாழ்வும்* நூலின் ஆறில் ஒரு பகுதியைப் *போரும் காதலும்* என்னும் பெயரில் வை. கோவிந்தன் 1943இல் வெளியிட்டார் அதன் மொழி பெயர்ப்பாளர் பொ. திருகூடசுந்தரம். அவரது மொழிபெயர்ப்பில் தொடர்ந்து மற்ற பகுதிகளை வெளியிடவில்லை. அதற்கு இரண்டு காரணங்களை வை. கோவிந்தன் சொன்னார். முதலாவது யுத்த காலப் பிரச்சினையான காகிதப் பற்றாக்குறை. இரண்டாவது மொழிபெயர்ப்புக்குச் சரியான ஆங்கில மூல நூல் கிடைக்காதது. 1957இல் சரியான நூல் கிடைத்தபின், 2,500 பக்கங்கள் கொண்ட *போரும் வாழ்வும்* முழு நூலை வை. கோவிந்தன் வெளியிட்டார். தமிழ் மொழிபெயர்ப்புக்கு வை. கோவிந்தன் தேர்ந்த ஆங்கில மூலநூல் லூய்சா, அயில்மிர் மெட் ஆகிய இருவரும் சேர்ந்து ரஷ்ய மொழியிலிருந்து மொழிபெயர்த்ததாகும். பெர்னாட் ஷாவின் பாராட்டு பெற்றது. *தினமணி, தினசரி* ஆசிரியராக விளங்கிய டி.எஸ். சொக்கலிங்கம் அந்நூலின் தமிழ் மொழிபெயர்ப்பாளர். குறிப்பிட்ட ஒரு மூல நூலுக்காக 14 ஆண்டுகள் காத்திருந்தது

ஆச்சர்யம். 2,500 பக்கங்கள் என்ற மலைப்பைத் தரும் பெரிய வேலையை ஒருவரே ஏற்றுக்கொண்டதும் அதைச் செய்து முடித்ததும் இன்றைக்கும் ஒரு குறிப்பிடத்தகுந்த சாதனையாகவே இருக்கிறது.

உள்ளடக்கத்தில் மட்டுமல்லாமல் நூல்களில் புற அம்சங்களான கட்டடம், அட்டை முதலியனவற்றில் வை. கோவிந்தன் காட்டிய அக்கறை முக்கியமானது. புத்தக அளவுக்கேற்ப அதன் கட்டு அமையும். சில புத்தகங்கள் சாதாரணக் காகித அட்டையுடன் இருக்கும். சிலவற்றுக்குக் கனத்த உறுதியான அட்டையிட்டு அதன்மேல் காகிதம் ஒட்டப்படும். சிலவற்றுக்குக் காலிகோ எனப்படும் துணி போர்த்து ஒட்டப்படும். மிக உயர்ந்த புத்தகங்களைத் தோல் போர்த்துக் கட்டியதுமுண்டு. புத்தகக்கட்டு புத்தகத்தின் வெளி அழகை அதிகமாக்குகிறது. நூல் பல ஆண்டு காலம் தாங்குவது புத்தகக்கட்டின் உறுதியைப் பொறுத்ததாகும்.

விலை உயர்ந்தவற்றுக்கு மட்டுமல்லாமல் மலிவுப் பதிப்பு நூல்கள் சிலவற்றின் நூலகப் பிரதிகளுக்கும்கூட நல்ல கட்டட வேலையை வை. கோவிந்தன் செய்தார். மலிவுப் பதிப்பு வரிசை 12ஆக வெளிவந்த 'கம்பராமாயணம் பால காண்டம் – அயோத்தியா காண்டம்' பதிப்புரையில், 'மலிவுப் பதிப்பு காகித அட்டையால் கட்டப்பெற்றதாகும். துணி சேர்ந்த அட்டைக் கட்டிடப் புத்தகங்கள் புத்தகசாலைகளுக்கு ஏற்றதாகையால் 'ஆண்டிக்' காகிதத்தில் அச்சிட்டுத் துணி சேர்ந்த அட்டைக் கட்டிடத்தில் பரிசுப் பதிப்பாக வெளியிட்டிருக்கிறோம்' எனத் தெரிவிக்கிறார்.

வெ. சாமிநாத சர்மாவின் நூல்களை மட்டுமே வெளியிடுவதை நோக்கமாகக்கொண்டு முறையூர் சொக்கலிங்கம் செட்டியாரின் பிரபஞ்சஜோதி பிரசுராலயம் செயல்பட்டாலும் சக்தி காரியாலயமும் அவரது அரசியல் தத்துவ நூல்களை வெளியிட்டுள்ளது. அதில் ஒன்று பிளாட்டோவின் அரசியல் நூல் மொழிபெயர்ப்பு. அந்நூலின் அட்டையில் பஞ்சுவைத்துக் கட்டடம் செய்திருந்தார் வை. கோவிந்தன். அதற்குமுன் யாரும் அப்படிச் செய்ததில்லை என்று அக்கட்டட அமைப்பைச் சிலாகிக்கும் கு. அழகிரிசாமி, அந்த அழகிய புத்தகத்துக்குக் கல்கி எழுதிய மதிப்புரைப் பகுதியையும் விதந்தோதியிருந்தார்.

இந்தச் சிறப்பு நூலை அறிஞர்கள் படித்து இன்புறலாம். படிக்க முடியாதவர்கள் தலைக்கு வைத்துப் படுத்துக்கொள்ளலாம். அப்படி அனைவருக்கும் பயன்படும்படி இந்தப் புத்தகத்தை வை. கோவிந்தன் வெளியிட்டிருக்கிறார்.

கல்கி போன்ற ஜனரஞ்சக எழுத்தாளரையும் பிளாட்டோ போன்ற அறிஞர் நூல் பற்றிப் பேசும்படியான நிர்ப்பந்த நிலையைக் கவர்ச்சிகரமான சக்தி நூல்கள் ஏற்படுத்தின. சாதாரண வாசகனையும் தூண்டி இழுப்பதில் நூலின் புற அழகும் ஒரு முக்கிய அம்சம்தான்.

வெளிக்கட்டுமானம், உள்ளடக்கம் மட்டுமல்லாமல் அச்சு அழகுக்கும் வை. கோவிந்தன் பாராட்டுப் பெறுபவராக இருந்திருக்கிறார். அடையாறு பிரம்ம ஞான சங்கத்தின் ஒரு விழாவை ஒட்டி 12 வண்ணங்கள் கொண்ட படங்கள் பலவற்றை அச்சடிக்க வேண்டியிருந்ததாம். அந்த ஆர்டரைக் கொண்டுவந்தவர் ஓர் ஆங்கிலேயர். கல்கத்தா, மும்பை போன்ற வடநாட்டுப் பெருநகர அச்சகங்கள் அவற்றை அச்சிட இயலாது என்று கையை விரித்த பிறகு சென்னையிலும் முயன்று பார்த்திருக்கிறார். அதற்கு வேண்டிய இயந்திர வசதிகள் இங்கு இல்லை, முடியாது என்று அனைவரும் மறுத்துவிட்டனர். முதல் பதிப்பை மேற்கொண்ட லண்டன் அச்சகத்துக்குப் போய்வர நேரமும் இல்லை. வை. கோவிந்தனிடம் அந்த ஆங்கிலேயர் கேட்டிருக்கிறார். வை. கோவிந்தன் அதை அச்சிட்டுக் கொடுத்திருக்கிறார். படங்களைப் பார்த்துப் பிரமித்துப்போன ஆங்கிலேயர், அச்சு இயந்திரத்தைப் பார்க்க வேண்டும் எனக் கேட்டு அதைக் கண்டு மேலும் பிரமித்துப் போனாராம். இந்தப் பழங்கால மிஷினை வைத்துக்கொண்டா இவ்வளவு பிரமாதமாக அடிக்க முடிந்தது என்றாராம். 1940களில் நடந்த இச்சம்பவத்தை வை. கோவிந்தனின் தொழில் திறமைக்குச் சான்றாகக் காட்டுகிறார் கு. அழகிரிசாமி.

கலைஞனின் தாகம் உள்ள இத்தகைய ஒரு பதிப்பாளரின் செயல்பாடுகளைப் பார்ப்பதற்கு முன்னால், அதற்குப் பின்புலமாக அவரது வாழ்க்கையை அறிந்துகொள்வது அச்செயல்பாடுகளைப் புரிந்துகொள்ள உதவும்.

பன்முக ஆளுமைகொண்ட பேருருவம் அல்ல என்றாலும் தேசம், சமூகச் சீர்திருத்தம், மொழி ஆகியவற்றில் அக்கறை செலுத்திய ஒரு வித்தியாசனமான பதிப்பாளர் வை. கோவிந்தன். 54 ஆண்டு கால மிகக் குறுகியதுமல்லாத நீண்டதுமல்லாத அவரது வாழ்க்கையை மூன்று பகுதிகளாகப் பிரித்துப் பார்ப்பது அவரது ஆளுமையின் விகசிப்பைப் புரிந்துகொள்ள வசதியாகும். 1912இல் பிறந்தது முதல் தொழில் தொடங்கிய 1938 வரையிலான இளமைக் காலம்; 1939 முதல் 1960 வரையிலான பதிப்புக் காலம்; வாழ்வின் இறுதியில் எழுத்துத் துறையில் ஈடுபட்ட எழுத்துக் காலம் என அம்மூன்று பகுதிகளை அமைத்துக்கொள்ளலாம்.

சொந்த ஊரான ராயவரத்திலும் பர்மாவிலும் வை. கோவிந்தனின் இளமை கழிந்தது. பதிப்பு மற்றும் எழுத்தில் ஈடுபட்டிருந்த வாழ்வின் பிற்பகுதி முழுவதும் சென்னை, காரைக்குடி, ராயவரம் என மிகச் சில நகர்களில் இயங்கியது. இடையில் முதல் மனைவி அழகம்மை மறைவையடுத்துப் புதுவையின் அரவிந்தர் ஆசிரமத்தில் சிறிதுகாலம் வாழ்ந்தார். வை. கோவிந்தனின் புவியியல் சார்ந்த இயக்கம் இப்படியாகவே நிகழ்ந்தது.

எட்டாம் வகுப்புவரைதான் என்றாலும் இளமைக் காலத்தின் மூன்றில் ஒரு பகுதி படிப்பில் சென்றது. குடும்ப வாழ்க்கைத் தொடக்கம் மீதிக் காலத்தை உண்டது. இளமையில் வறுமை, சுவிகாரம், மனைவியின் இறப்பு ஆகியவை லௌகீக வெறுப்புக்குக் காரணங்களாகி ஆசிரமத்தை நோக்கிச் சென்றதாக அமைந்தது 26 வயதுவரையிலான இளமை வாழ்க்கை.

ராமசாமி – விசாலாட்சி என்ற பெற்றோருக்குப் புதுக் கோட்டை சமஸ்தானத்தைச் சேர்ந்த ராயவரத்தில் 1912 ஜூன் 26இல் பிறந்த வை. கோவிந்தனோடு பிறந்தோர் ராம. ரங்கநாதன், ராம. சீனிவாசன், ராம. தியாகராஜன் ஆகிய மூவர். உடன்பிறப்புகள் எல்லாம் 'ராம' என்ற முதலெழுத்துகளைப் பெற்றிருக்க இவருக்கு மட்டும் ஏன் 'வை' என்ற கேள்வி எழலாம். கோவிந்தன் ஒரு குறிப்பிட்ட வயதில் வைரவன் செட்டியாருக்குச் சுவிகார மகனாக ஆனது இதற்குக் காரணம்.

சுவிகாரம் போன இடத்தின் செல்வ வளம் வை. கோவிந்தன் வாழ்க்கைக்கு உதவியாக இருந்தது. ஆனால் ஒரு மகளுக்குத தாயான சிறிது காலத்தில் மனைவி அழகம்மை இறந்துவிட கோவிந்தனுக்கு ஆன்மிக ஈடுபாடு அதிகமாகிவிட்டது. புதுச்சேரி அரவிந்த ஆசிரமத்திற்குப் போய்த் தங்கிவிட்டார். அச்சமயத்தில் லௌகீக வாழ்க்கையை வெறுத்து அவர் எழுதிய மனவெளிப் பதிவுகள் அடங்கிய குறிப்பேடு அவர் மகனிடம் இன்னும் இருக்கிறது. அழகம்மைக்குப் பிறந்த மகள் மங்களம் கிருஷ்ணன் (1940) தன் நான்கு மகன்கள், கணவருடன் அம்பத்தூரில் மகிழ்வாக வாழ்ந்துவருகிறார். எழுத்து மற்றும் பதிப்புலகத் தொடர்பு சிறிதும் இல்லாதது மகிழ்வுக்குக் காரணமாக இருக்கலாம்.

சுத்தானந்த பாரதி போன்ற ஆன்மிக எழுத்தாளர்களுடன் இருந்த ஈடுபாட்டுடன் கூடிய நட்பும் பிடிப்பற்ற வாழ்க்கையும் லௌகீகத்தைக் கடந்து நூல்களைப் பதிப்பிக்கும் ஆர்வத்திற்கு வை. கோவிந்தனை அழைத்துச்சென்றிருக்கலாம். இது 'அன்பு நிலயம்' வழியாக நூல் வெளியீட்டுக்கும் தொடர்ச்சியாகச் சக்தி

பத்திரிகை, சக்தி காரியாலயத் தோற்றத்திற்கும் காரணமாய் அமைந்தது.

1946இல் பெரியவர்களின் வற்புறுத்தலால் தன் 34ஆம் வயதில் மறுமணம் செய்துகொண்டார். அரிமளம் ச.ராம. மு.அ. செல்லப்ப செட்டியாரின் மகள் வள்ளியம்மையை மணந்து கொண்ட கோவிந்தனுக்கு ஆறாண்டு கழித்து அழகப்பன் (1952) பிறந்தார். குடும்பச் சக்கரத்தில் வை. கோவிந்தனின் வாழ்க்கை மீண்டும் நுழைந்தது.

காரைக்குடி வட்டாரத்தில் நண்பர்கள் சேர்ந்து நடத்திய 'அன்பு நிலயம்' என்ற பதிப்பகத்தோடு முதலில் உறவு கொண்டார். அதன் வழியாக, அன்புமலர் 24 ஆக, சுத்தானந்த பாரதியின் ஏழை படும் பாடு நூலைப் பெருஞ்செலவில் வெளியிட்டார். (அன்பு நிலையம் என்ற பெயரில் சுவாமி சுத்தானந்த பாரதி ஒரு நாவலையும் அருளியிருக்கிறார்.)

1939இல் தொடங்கிய சக்தி காரியாலயம், *சக்தி* பத்திரிகை இவற்றை மையமாக வைத்து, பதிப்பு மற்றும் பத்திரிகை உலகத்தில் கால் நூற்றாண்டு காலம் வை. கோவிந்தன் இயங்கினார். *சக்தி* பத்திரிகை தவிர *மங்கை, அணில், பாப்பா, குழந்தைகள் செய்தி, கதைக்கடல்* எனப் பல இதழ்களையும் நடத்தினார். சக்தி காரியாலயம் மூலம் நூற்றுக்கும் மேற்பட்ட நூல்களை வெளியிட்டார்.

காலத்தின் வரவாக வந்த பதிப்புத் தொழிலை முன்னுணர்ந்து ஏற்றது வை. கோவிந்தனின் முதல் சாதனை. கடுமையான உழைப்பால் பதிப்புலகில் பல முன்னுதாரணங்களை உருவாக்கி னார். புதிய புதிய எல்லைகளைக் கண்டு தொழிலை விரிவாக்கிக் கொண்டே போனார்.

சக்தி பிரஸ் நிருவாக இயக்குநராகவும் ஸண்டே டைம்ஸில் இயக்குநராகவும் வாழ்க்கையின் உயர்ந்த படியில் வை. கோவிந்தன் திகழ்ந்தபோது மகனின் வளர்ச்சியைக் கண்டு உவந்திருந்த அவரது பூர்வாசிரம அன்னை, (மகனின் மறுமணத்தைப் பார்க்காமலேயே) தன் 60ஆம் வயதில் காலமானார் (15.10.1945).

வை. கோவிந்தன் தம் உடன்பிறந்த சகோதரர்களையும் பதிப்புத் தொழிலிலேயே பழக்கினார். ராம. தியாகராஜன் பாப்பா பத்திரிகைக்கு அதிபராக இருந்தார். தவிர சினிமா இதழ் ஒன்றையும் நடத்திவந்தார். அதில்தான் பின்னாளில் புகழ்பெற்ற கண்ணதாசன் பணியாற்றினார். 'தீனா' என்றழைக்கப்பட்ட

இவரைக் குஷால் பேர்வழியாக ஜனரஞ்சக எழுத்தாளர் ரா.கி. ரங்கராஜன் சித்திரிக்கிறார். குறைந்த வயதே அவர் உயிர் வாழ்ந்தார்.

பத்திரிகை, பதிப்புலகில் சாதனை புரிந்த வை. கோவிந்தன் குறித்த நூல் ஏதும் வெளிவராத நிலையில் அவரது வாழ்க்கையைத் தெரிந்துகொள்ள அவரிடம் சுமார் ஆறாண்டு காலம் பணிபுரிந்த எழுத்தாளர் கு. அழகிரிசாமியின் இரங்கல் கட்டுரை, வை. கோவிந்தனின் அடுத்த தலைமுறையைச் சேர்ந்தவரும் மூத்த பதிப்பாளருமான கண. முத்தையாவின் வாழ்க்கை வரலாற்றுக் குறிப்பு மற்றும் இரங்கலுரை, குழந்தை எழுத்தாளர் சி.ந. வைத்தீஸ்வரன் (வைத்தண்ணா) எழுதிய இரங்கலுரை போன்ற மிகச் சில தரவுகளே கிடைக்கின்றன.

கிடைக்கும் குறிப்புகள் பதிப்புக் காலமான அவரது இடைக்கால வாழ்க்கை பற்றியவையே. அவரது நிறைவுக்கால வாழ்க்கையை அறிந்துகொள்ள அவர் மகனின் நேர்காணல் பயன்படுகிறது. ராயவரம், பர்மா வாழ் காலங்களைப் பற்றிய தகவல்கள் 'துப்புரவாக' இல்லை. எனினும் அவரது சாதனைகள் நிகழ்த்தப்பட்ட பதிப்புக் காலமே வரும் தலைமுறையினருக்குத் தேவைப்படுவது. அதற்கான நிலைத்த சாட்சிகளாகச் சக்தி காரியாலயப் பதிப்புகள் காட்சி தருகின்றன.

சக்தி காரியாலயத்திலும் பத்திரிகையிலும் அவர் உழைத்த உழைப்பே இன்றைக்கும் அவரைப் பற்றி நம்மைப் பேச வைக்கிறது. ரா.கி. ரங்கராஜன் ஒரு சம்பவத்தை நினைவுபடுத்துகிறார். அது வை. கோவிந்தனின் தொழில் கவனத்தைக் காட்டுகிறது.

அதிபர் கோவிந்தன் ஃபாரம் அச்சாகும்போது வாசல் புறத் திண்ணையில் அமர்ந்து மடியில் பிரித்து வைத்துக்கொண்டு படிப்பார். உடைசல் 'டைப்' தென்பட்டால் மெஷினை நிறுத்தி அந்தக் குறிப்பிட்ட எழுத்தை உருவி எடுத்து வேறு நல்ல டைப்பைப் பொருத்தச் சொல்லிவிட்டு, உடைசல் டைப்பை வாசலுக்கு எடுத்துப் போய்த் தெருவில் போட்டுவிட்டுத் திரும்புவார். (பிரஸ்ஸில் விட்டுவைத்தால் மறுபடி அதே உடைசல் டைப் வரக்கூடும் என்ற எச்சரிக்கை உணர்வு) ('அவன்', ப. 209).

தி. ஜ. ரங்கநாதன், கு. அழகிரிசாமி, தொ.மு.சி. ரகுநாதன், வ. விஜயபாஸ்கரன், தமிழ்வாணன், ரா.கி. ரங்கராஜன் போன்ற எழுத்தாளர்களின் வாழ்க்கை வளர்ச்சியில் வை. கோவிந்தனுக்குக் கணிசமான பங்குண்டு. பத்திரிகை அதிபர் என்ற கம்பீர

வாழ்க்கை வை. கோவிந்தனுக்குப் பல காலம் வாய்த்தது. பதிப்பாளர் என்ற தகுதி பலருக்கும் உதவப் பயன்பட்டது. பழனியப்பா பிரதர்ஸ் பழனியப்ப செட்டியார், தமிழ்ப் பண்ணை சின்ன அண்ணாமலை ஆகியோர் அவரால் உருவாக்கப்பட்ட பதிப்பாளருள் சிலர். இதில் சின்ன அண்ணாமலை அந்த உதவியைத் தன் வாழ்க்கை வரலாற்றில் தெரிவித்துள்ளார்.

ஒருநாள் நாங்கள் (ஏ.கே. செட்டியார், வை. கோவிந்தன், சத்ருக்கனன்) பஸ்ஸில் திரு. சாமிநாத சர்மா அவர்களின் இல்லத்திற்குப் போகும்போது தியாகராய நகர், பனகல் பார்க், நாகேஸ்வரராவ் தெருவில் ஒரு சிறு அழகிய கட்டிடம் பூட்டிக் கிடந்தது. அதைப் பார்த்த மூவரும் என்னைக் கூட்டிக்கொண்டு பஸ்ஸை விட்டு இறங்கினார்கள். அந்தக் கட்டிடம் காலியாக இருப்பதை விசாரித்துத் தெரிந்துகொண்டு இதில் நம் அண்ணாமலைக்குத் 'தமிழ்ப் பண்ணை புத்தக நிலையம்' வைத்துக்கொடுக்கலாம் என்று அவர்களுக்குள் பேசி முடிவு செய்தார்கள். என்னிடம் விஷயத்தைச் சொன்னபோது நான், 'என்னிடம் போதிய பணம் இல்லையே? என்ன செய்வது?' என்று கையைப் பிசைந்தேன். அவர்கள் மூவரும் சிரித்துவிட்டு நாங்கள் உனக்கு வேண்டிய உதவி செய்கிறோம். தைரியமாகத் தொழிலை ஆரம்பி என்றார்கள். இடத்தைப் பிடித்துக் கொடுத்தார்கள். பல புத்தகக் கம்பெனிகளில் புத்தகங்களை ஏராளமாக வாங்கிக் கொடுத்தார்கள். புத்தகம் போடப் பேப்பர் தந்தார்கள். அடடா அவர்கள் செய்த உதவியை நினைத்தால் இப்பொழுதும் என் மெய்சிலிர்க்கிறது.

'தமிழ்ப் பண்ணை'யை இராஜாஜி துவக்கிவைத்தார். நாமக்கல் கவிஞர் இராமலிங்கம் பிள்ளை விளக்கேற்றி வைத்தார். சக்தி வை. கோவிந்தன் புதுக்கணக்கு எழுதினார். தமிழ்ப் பண்ணையின் முதல் புத்தகமான தமிழன் இதயம் என்ற நூலைப் பார்த்து அனைவரும் பிரமிப்படைந்தனர். அப்புத்தகத்தை மிக அழகாகப் போட்டுக் கொடுத்தவர் சக்தி வை. கோவிந்தன் அவர்கள். ('சொன்னால் நம்பமாட்டீர்கள்', பக். 108–109).

இப்படித் தனிப்பட்டவர்களுக்கு உதவியதைத் தவிர, பதிப்பு மற்றும் பத்திரிகை உலகத் தொடர்பில் வை. கோவிந்தன் பல பொறுப்பான பதவிகளையும் வகித்திருக்கிறார். குழந்தைகள் புத்தகக் காட்சியைச் சென்னை முத்தியாலுப்பேட்டை பள்ளியில் நடத்திய குழந்தை எழுத்தாளர் சங்கத்தின் முதல் தலைவராக 1954 முதல் 1961 வரை இருந்திருக்கிறார். தென்னிந்தியப் புத்தக வியாபாரிகள் சங்கத்தின் தலைவராகச் செயல்பட்டுள்ளார். எழுத்து

மற்றும் பதிப்புத் தொழில் தொடர்பான பொதுக்காரியங்களில் தம்மை ஈடுபடுத்திக் கொள்பவராகவும் வை. கோவிந்தன் விளங்கினார். டி. எஸ். சொக்கலிங்கம் மணிவிழா மலர்க் குழுவில் உறுப்பினராக இருந்துள்ளார். 1948இல் நிகழ்ந்த வ.ரா.வின் மணிவிழாக் குழுவிலும் உறுப்பினராகச் செயல்பட்டிருக்கிறார். ஈ.ஆர். கோவிந்தன், தி.ஜ. ரங்கநாதன் ஆகியோருடன் மூவர் கொண்ட வ.ரா. மணி விழா மலர்க் குழுவில் இடம்பெற்று அழகான முன்னுரையும் எழுதியிருக்கிறார். மலரை அழகுபட அமைத்த பணியைச் செய்தது சக்தி காரியாலயம் என்பதைச் சொல்ல வேண்டியதில்லை.

அடிப்படையில் காங்கிரஸ்காரராக வாழ்ந்த வை. கோவிந்தனுக்கு இடதுசாரிக் கொள்கையில் ஒரு சாய்வு இருந்தது. 1940களில் தமிழ்ப் பதிப்பகங்களுக்குக் கிடைத்த சோவியத் உறவால் ஏற்பட்ட தொழில் சார்ந்த செயற்கைப் பிடிப்பாக அது தெரியவில்லை. வ. விஜயபாஸ்கரன், ரகுநாதன், ராதா கிருஷ்ணமூர்த்தி ஆகிய இடதுசாரிகளுடன் அவர் கொண்டிருந்த நட்பின் நெருக்கம் கொள்கைப் பற்றால் ஏற்பட்டதாகக் கருதலாம். வை. கோவிந்தன் மறைவிற்குப் பிறகும் அவர்கள் காட்டும் மதிப்புணர்வு அதை உறுதி செய்கின்றது. திராவிடக் கட்சிகளின் மீது வை. கோவிந்தனுக்கு விருப்பு கிடையாது. ஆனால் சுயமரியாதைக்காரர் முன்னெடுத்த தமிழ் எழுத்துச் சீர்திருத்தத்தில் மொழி சார்ந்து அவர் கவனம் செலுத்தினார். மொழிவழி மாநிலப் பிரிவினை அவருக்கு உவப்பானதே. குறிப்பிட்ட கட்சியின் கொள்கைப் பரப்பலில் காட்டிய அக்கறையைவிட அரசியல், பொருளாதார, அறிவு சார்ந்த விழிப்புணர்வூட்டலே அவரது கவனமாக இருந்தது. ஆழமான காத்திரமான எழுத்துகளை வெளியிடுவதில் காட்டிய கவனம் குழு மீறிய எழுத்துகள் வெளிவர உதவியது.

படிக்கிறாரோ இல்லையோ புதிதுபுதிதாகத் தன் கண்ணுக்குப் படும் ஆங்கில நூல்களை வை. கோவிந்தன் வாங்கிக்கொண்டே இருப்பாராம். அதிபர் கோவிந்தன் ஆங்கிலப் புத்தகங்களைக் கூடைகூடையாக ஹிக்கின் பாதம்ஸில் வாங்கி வந்து விற்பனைக்கு வைப்பார். உதவி ஆசிரியர்கள் வாசிக்கவும் கொடுப்பார். அவரிடம்தான் மாப்பஸான் சிறுகதைத் தொகுப்பையும் வால்ட் விட்மனின் *Leaves of Grass* கவிதை நூலையும் வாங்கிப் படித்ததாக ரா.கி. ரங்கராஜனும் குறிப்பிடுகிறார்.

ஒரு பழைய புத்தகக் கடையையும் அவர் விடுவதாயில்லை. காலமாவதற்கு ஒரு வாரம் முன்னால்கூட நிறையக் கிறித்தவப் புத்தகங்களை வை. கோவிந்தன் அள்ளிக்கொண்டு போனதாகத்

திருவல்லிக்கேணி பழைய புத்தகக் கடைக்காரர் ஒருவர் அழகிரிசாமியிடம் சொன்னாராம்.

பதிப்புத் தொழில் தொடர்பான நூல் ஒன்றை எப்போதும் அவர் கையில் வைத்திருப்பார் என்று அவர் மகன் அழகப்பன் என்னிடம் சொன்னார்.

ஒரு வெளியீட்டாளர் அமைதியாக ஒரே இடத்தில் உட்கார்ந்திருக்க முடியாது. நல்ல எழுத்துப் பிரதி பதிப்பாளர் முன்னால் தானாக வந்து குதிப்பதில்லை. நல்ல பிரதிக்காகத் திறமையைத் தேடி வெளியீட்டாளர்தான் அலைய வேண்டும். வை. கோவிந்தன் நல்ல நூல் தயாரிப்புக்காக அலைந்ததுதான் இப்படி நூல்களை வாங்கிவாங்கிச் சேகரித்ததற்கான காரணம் என்று தோன்றுகிறது.

வை. கோவிந்தன் வாழ்க்கையின் சாதனை நிறைந்த உச்சகட்டம் பதிப்புக் காலம்தான். ஆனால் இக்காலகட்டத்தின் இறுதியில் ஏற்பட்ட தோல்வி அவரை எழுத்தாளராக மாற்றி நிறைவுக் காலத்துக்குக் கொண்டு சேர்த்தது.

புத்தக வெளியீட்டில் எப்போதும் வெற்றியை முன்கூட்டியே சொல்லிவிட முடியாது. அது ஒரு வித்தியாசமான தொழில். டென்னிஸ் மட்டையைத் தயாரிக்கும் முதலாளி ஒருமுறை சிரமப்பட்டு அதைத் தயாரித்துவிட்டால்போதும். சிறியசிறிய மாற்றங்களைக் காலத்துக்குத் தக்கபடி செய்து கொண்டிருக்கலாம். புத்தகத் தயாரிப்பு அப்படி அல்ல. வெற்றி உறுதியில்லாதது. எவ்வளவுதான் புத்திசாலியாய் இருந்தாலும் ஒருநாள் வெற்றி பெறுவதற்கும் மறுநாள் படுதோல்வி அடைவதற்கும் காரணம் என்னவென்று, அதிருஷ்டத்தைத் தவிர வேறெதையும் சொல்லி விட முடியுமா சூதாடுபவரால். பாடப்புத்தக வாய்ப்பு, நூலக ஆணை முதலியவை உருப்பெறாத பதிப்புத் தொழிலின் முதல் கட்டத்தில் வை. கோவிந்தன் இயங்கினார்.

அதுபோல்தான் தோல்வி நேர்ந்துவிட்டது கோவிந்தனுக்கு. தி.நா. சுப்பிரமணியத்தை ஆசிரியராகக்கொண்டு வெளியிட்ட அகராதி வை.கோவிந்தனின் வாழ்வின் பேரிடிக்குக் காரணமாகி விட்டது. (இதைப் புதுக்கோட்டை பா. கிருஷ்ணமூர்த்தி நேர்ப் பேச்சு ஒன்றில் என்னிடம் தெரிவித்தார். கோவிந்தன் மகன் அழகப்பனும் இதை ஒரு நேர்காணலில் குறிப்பிட்டிருந்தார். அதில் அவர் தி.நா. சுப்பிரமணியம் என்பதைக் க.நா. சுப்பிரமணியம் என்று குறிப்பிட்டிருந்ததும் அதைச் சரிபார்க்காமல் ஒரு இதழ் பிரசுரித்ததும் வேறு விஷயம்.) நூறு நூல்களுக்குமேல் வெளியிட்ட வை. கோவிந்தனுக்கு இந்த அகராதிவழித் தோல்வி வரும்

என்பது தெரியாமல் போய்விட்டதை என்ன சொல்வது?

சக்தி வெளியீடாக ஆங்கிலம்–ஆங்கிலம்–தமிழ் அகராதி கொண்டுவர வை. கோவிந்தன் விரும்பினார். தயாரிக்கும் பொறுப்பை ஏற்றுக்கொண்டு பாதி வேலை நடந்த நிலையில் தி.நா. சுப்பிரமணியனுக்கு உடல்நிலை கெட்டது. (அவருக்கு நேர்ந்த அவசரப் பணத் தேவையின் பொருட்டு) வேறொரு பதிப்பகம் வெளியிட்ட அகராதியிலிருந்து மீதியைப் படி எடுத்துச் சேர்த்து வேலையை முடித்துக் கொடுத்துவிட்டார். பாதிக்கப்பட்ட பதிப்பகம் வழக்கிட நஷ்டஈடாக வை. கோவிந்தன் பெரும்பணம் கொடுக்க நேர்ந்ததாம். இது வை. கோவிந்தனின் வீழ்ச்சிக்குக் காரணமாகிவிட்டது.

மின் சாதனம் தொடர்பான தெரியாத தொழிலில் பங்குதாரருடன் சேர்ந்து ஈடுபட்டார் வை. கோவிந்தன். அந்தத் தொழிலில் எந்த அனுபவமும் இல்லாததாலும் தொழில் மும்பையில் நடைபெற வை. கோவிந்தன் சென்னையில் வாழ, பங்குதாரர் பல வழிகளிலும் இவரை ஏமாற்றிவிட்டார். கடையின் பெயரில் பங்குதாரர் வாங்கிய கடனைத் திருப்ப வேண்டிய நிலைமை இவருக்கு நேர்ந்தது. இது அடுத்த பெரும் தோல்வி.

'பாரதியார் கட்டுரைகள்', 'வசனங்கள்', 'திருக்குறள் பரிமேலழகர் உரை', 'இனி செய்ய வேண்டியது யாது?' 'பிரதாப முதலியார் சரித்திரம்', 'வ.ரா.வின் வாழ்க்கைச் சித்திரம்' ஆகிய நூல்களை மலிவுப் பதிப்பு வரிசையில் அடுத்த எட்டு மாதங்களில் வெளியிடப்போவதாக *மஞ்சரி*யின் 1957 ஏப்ரல் இதழில் ஒருமுறை வை. கோவிந்தன் அறிவித்திருந்தார்.

இவற்றுள் 'பாரதியார் கவிதைகள்', 'திருக்குறள் பரிமேலழகர் உரை', 'பிரதாப முதலியார் சரித்திரம்' ஆகியவற்றைத்தான் 1958 ஏப்ரலுக்குள் அவரால் வெளியிடமுடிந்தது ('கம்ப ராமாயணப் பதிப்புரை', 1958 ஏப்ரல்). திட்டமிட்டபடி நூல் வெளியீடு அமையவில்லை. திட்டமிடுபவர் ஆனால் அதன்படி செயல்பட இயலாதவர் கோவிந்தன் என்ற முடிவுக்கு நாம் இதிலிருந்து வரலாம். இதன் தொடர்பில் கண. முத்தையா கூறுவது நம் முடிவை அனுசரித்து அமைந்துள்ளது.

தமக்குச் சரி என்று தோன்றுவதை உடனுக்குடன் செய்யும் உள்ளம் படைத்த கோவிந்தன் அவர்கள் எதையும் திட்டமிட்டு ஒழுங்காகச் செய்வதில்லை. அவ்வப்போது உள்ள சூழ்நிலைக்கு ஏற்பத் தமக்கு நல்லதென்று தோன்றுவதை உடனே செய்யத் தொடங்கிவிடுவார். அவருடைய காரியங்கள் ஒன்றுக்கொன்று தொடர்பற்றவையாக இருக்கும். இந்த மனப்பான்மையினால்

சிறந்த நோக்கங்கள் கொண்டவராயிருந்தும் அவருடைய நல்ல செயல்கள் எல்லாம் ஆரம்பித்து வைத்தவர் என்ற பெருமையை மட்டும் நல்கிவிட்டு மறைந்துவிட்டன.

தோல்விகளின் நீட்சியாகிவிட்ட வை. கோவிந்தனின் வாழ்வின் இறுதியை வறுமையும் வேதனையும் நிரம்பிய காலமாக நம் கண்முன் கொண்டு நிறுத்துகிறார் அவர் மகன் அழகப்பன். அச்சகத்தை இழந்து, பத்திரிகையை இழந்து, வந்து வாழ்ந்த ஊரில் பெற்றிருந்த வசதிகளை இழந்து விடுதியில் தங்க வேண்டியவரானார். இக்கட்டத்தில் 1960க்குப் பிறகு சக்தி காரியாலயப் பதிப்புரிமையைப் பிற பதிப்பகங்களுக்கு வழங்க (விற்க?) வேண்டிய நிலைமைக்கும் வை.கோவிந்தன் வந்துவிட்டார். சக்தி காரியாலயத்தின் நூல்களான படையெடுப்பு (டால்ஸ்டாய், மொழிபெயர்ப்பு: சுப. நாராயணன்), டால்ஸ்டாய் கதைகள் இரண்டாம் பாகம் (மொழிபெயர்ப்பு: கு.ப. ராஜகோபாலன், ரா. விசுவநாதன்), இனி நாம் செய்ய வேண்டுவது யாது? (டால்ஸ்டாய், மொழிபெயர்ப்பு: ரா. விசுவநாதன்) ஆகியவை பழனியப்பா பிரதர்ஸ் பெயரில் முறையே 1962, 1963, 1964ஆம் ஆண்டுகளில் இரண்டாம் பதிப்பாக, திருத்தப்பட்ட பதிப்பாக வெளிவந்துள்ளன. இச்சமயத்தில் எழுத்தாளர் பணியை வை. கோவிந்தன் வேறுவழியின்றித் தேர்ந்திருக்க வேண்டும்.

வை. கோவிந்தன் படித்தது எட்டாம் வகுப்புவரையில் தான் என்று கு. அழகிரிசாமி குறிப்பிடுகிறார் என்றாலும் அவர் ஆங்கிலம், தமிழ் நூல்களைத் தொடர்ந்து வாசித்து வந்திருக்கிறார். அதன் பயனாய்க் குழந்தைகள் இலக்கியத்தில் அவர் கவனம் பதிந்தது. 'மாய விளக்கு', 'ஆட்டோமாடிக் பென்சில்', 'சூரன் சூரிய மூர்த்தி' போன்ற குழந்தை இலக்கியங்களை அவர் படைத்தார். தவிர பழங்காலக் கதைகள் முதலிய நாட்டுப்புற இலக்கியம் தொடர்பான நூல்களையும் பதிப்புத் தொழில் சார்ந்த சில கட்டுரைகளையும் வை. கோவிந்தன் எழுதியுள்ளார். இவ்வகையில் சில கட்டுரைகள் நமக்குக் கிடைத்துள்ளன. அவற்றைப் பின்னிணைப்பில் காணலாம்.

அணில் அண்ணன் என்ற தன் புனைபெயரில் சில சிறுவர் நூல்களை இச்சமயத்தில் வெளியிட்டார்.

இந்த வகையில் வந்த 'அணில் அண்ணன் கதைகள்' என்ற புத்தகத்தில் உள்ள 14 கதைகள், தமிழ் படிக்கத் தெரிந்த தங்கைகளுக்கும் தம்பிகளுக்குமாகப் பல ஆண்டுகளுக்கு முன் தான் நடத்திவந்த அணில், குழந்தைகள் செய்தி என்ற வாரப் பத்திரிகைகளில் எழுதியவை என்று அதன் முன்னுரையில்

வை. கோவிந்தன் குறிப்பிட்டிருக்கிறார். *நியூ செஞ்சுரி புக் ஹவுஸ்* வெளியீடாக 1965 ஜனவரியில் வெளிவந்த இச்சிறு நூலில் உள்ள கதைகள் சாதாரணமாகக் குழந்தைக் கதைகளாக உள்ளன. இது தவிர, குழந்தைக் கதைகள், ஈசாப் குட்டிக்கதைகள் என்ற நூல்களும் வை. கோவிந்தன் பெயரில் இப்பதிப்பகம் மூலம் வெளிவந்துள்ளன.

'பழங்காலக் கதைகள்' என்னும் தலைப்பில் அருணோதயம் பதிப்பகம் ஒரு நூலை 1964 ஏப்ரலில் வெளியிட்டுள்ளது. வை. கோவிந்தன் பெயரில் வெளியாகியுள்ள இச்சிறு நூல் 64 பக்கம் கொண்டது. கிராமத்தில் வயதானவர்கள் தங்கள் பேரக் குழந்தைகளிடம் சொல்லும் கதைகளை இந்நூல் நினைவூட்டுகிறது. பிள்ளைகள் கரடிக்குட்டிகளான கதை, மூன்று கதைகள், நரியின் கதை, நினைத்ததை அடைந்தான், மூக்கறையன், மரமங்கை, ஜோசியரின் ஜோசியம், ரகசியத்தைச் சொல்லட்டுமா? பட்டணத்திற்குப் பாடப் போனவர்கள், தூக்கணாங்குருவி, மகாலோபி சூரி ஆகியன இத்தொகுப்பில் உள்ள பழங்காலக் கதைகளின் தலைப்புகளாகும்.

அவரது நெருங்கிய நண்பர்களில் ஒருவரான ராதா கிருஷ்ணமூர்த்தி பொறுப்பு வகிக்கும் *நியூ செஞ்சுரி புக் ஹவுஸ்,* வை. கோவிந்தனின் மறைவிற்குப் பிறகு 1974இல் வெளியிட்ட நூல் குழந்தைக் கதைகள். திருமதி வை. கோவிந்தனுக்கு நூலின் காப்புரிமை கொடுக்கப்பட்டிருக்கிறது. 'வை. கோவிந்தன் அவர்கள் குழந்தைகள்மீது மிகுந்த அன்பு கொண்டவர். குழந்தைகளுக்கு விஞ்ஞான அறிவும் சிந்தனை வளமும் வளர எல்லோரும் உதவ வேண்டும் என விரும்பியவர்' என்று இந்நூலின் பதிப்புரையில் பதிப்பகத்தார் குறித்துள்ளனர். 52 பக்கம் கொண்ட இந்நூலில் பதினைந்து கதைகள் உள்ளன. வெளிநாட்டுக் குழந்தைக் கதைகளின் மொழிபெயர்ப்புகள், சாதாரணமான கதைகள்.

பதிப்பாளரே எழுத்தாளராகச் செயல்படுவது என்பது பால் பண்ணை நடத்துபவர் பசுவாகவும் இருப்பது போன்றது என்று ஆர்தர் கோஸ்லர் ஒருமுறை சொன்னார். பதிப்பாளராக விளங்கிய காலத்தில் வை. கோவிந்தன் எழுத வரவில்லை. அப்போது சில கட்டுரைகளை மட்டும் எழுதினார். குழந்தைகளுக்குச் சில கதைகளை எழுதினார். அவ்வளவே. தன் பண்ணை நொடித்த பிறகு, பால்பண்ணை என்ற பெயர்ப் பலகையும் ஒடிந்து கீழே வீழ்ந்த பிறகே வை. கோவிந்தன் என்பதற்குக் கீழே அணில் அண்ணன் என்ற புனைபெயரை எழுதிக்கொள்ள நேர்ந்த காலத்திலேயே வை. கோவிந்தன் படைப்பாளரானார். அதிபர், பதிப்பாளர் என்ற அந்தஸ்தையும் தொழிலையும் முற்றாக

இழந்து எழுத்தைக் கொண்டு சம்பாதிக்க வேண்டிய நிர்ப்பந்தம் நேர்ந்த காலத்திலேயே அவர் எழுத வந்தார். அவர் எழுத்தாளர் அல்ல. புனைவோ ஏன் அல்புனைவோகூட அவருக்குச் சாத்தியமாகவில்லை. தொழில் அனுபவத்தை அடிப்படை யாகக் கொண்டு அவர் எழுதிய பதிப்புத் தொழில் குறித்த சில கட்டுரைகள் உள்ளடக்கப் பலத்தில் நிற்கின்றன. அவ்வளவுதான்.

சென்னையில் நடந்த கார் விபத்தில் ஓட்டுநர் இறந்துவிட அவர் மட்டும் தப்பியிருக்கிறார். இன்னொரு முறை எலும்புருக்கி நோயால் பாதிக்கப்பட்டு அதிலிருந்து மீண்டிருக்கிறார். பதிப்பாளர் என்ற செல்வ வாழ்க்கையில் உயிருக்கு ஏற்பட்ட இந்த இரண்டு பெரிய ஆபத்துகளிலிருந்து தப்பிக்க முடிந்த அவருக்கு, எழுத்தாளராக வாழ்ந்த காலத்தில் சிறிய உடல்நலக் குறைவிலிருந்தும் மீள முடியவில்லை. ஒருநாள் படுத்து மறுநாள் (19.10.1966) போய்விட்டார். அப்போது அவருக்கு வயது வெறும் 54. பணத்தின் மூலம் கிடைத்திருக்கக்கூடிய மருத்துவத்தால் தள்ளிப்போயிருக்கக்கூடிய மரணத்தைச் சந்தித்த இலக்கியவாதிகளான பாரதி, புதுமைப்பித்தன் வரிசையில் வை. கோவிந்தனும் சேர்ந்தார். இலக்கியவாதிகளுக்கு நேரும் கைவிரல் எண்ணிக்கையில் நண்பர்கள் நடந்து தொடரும் இறுதி ஊர்வலச் சோகத்தை எத்தனை ஆளுமைகளுக்குத்தான் தமிழ்க் கைகள் எழுதும்?

கணவர் இறந்து 41 வருடம் வறுமையில் வாழ்ந்த வை. கோவிந்தனின் மனைவி வள்ளியம்மை 31.12.2007 அன்று சென்னையில் காலமானார். ஏதோ கணக்கை முடிக்கக் காத்திருந்ததுபோல ஆண்டின் கடைசி நாளன்று மறைந்து போனார்.

தன் தந்தை குறித்து 'எல்லோரும் மறந்துட்டாங்க' என்ற சோகக் குரலில் வை. கோவிந்தனின் ஒரே மகன் அழகப்பன் இரண்டாண்டுகளுக்கு முன்னர் வருத்தப்பட்டதை யூமா. வாசுகி எழுதியிருந்தார்.

எங்க அப்பா ஒண்ணும் செய்யாம வீட்டில் இருந்திருந் தாலே இன்னும் பல தலைமுறைகளுக்கு நாங்க நல்லா இருந்திருப்போம். புத்தகம் போடறேன், பத்திரிகை நடத்தறேன் என்று எல்லாவற்றையும் விரயம் செய்து விட்டார்கள். இப்போது நாங்கள் சாப்பாட்டுக்கே மிகவும் சிரமப்படறோம்.

என்று சொல்லியிருந்தார் அழகப்பன். பார்வைக் கோளாறுக்காகச் செய்துகொண்ட கண் அறுவைச் சிகிச்சையால் பாதிப்புக்குள்ளான

அழகப்பன் பழைய பேப்பர் உள்ளிட்ட பொருள்களை வாங்கி விற்கும் சிறிய கடை நடத்திக்கொண்டு துன்ப வாழ்க்கையின் பிடிக்குள் இன்னமும் தத்தளிக்கிறார்.

தந்தை செய்த செயல்களின் முக்கியத்துவம், பெருமை எல்லாம் தெரிந்தாலும்கூட அவர்மீதுள்ள பெரும் அபிமானத்தை யும் மீறி இதயத்திலிருந்து வாழ்வின் வலி உதிர்த்த வார்த்தைகள் அழகப்பனுடையவை. இலட்சியத்தில் வெற்றி அடைந்தாலும் லௌகீகத்தில் தோல்வி அடையும் எந்தத் தந்தையின் மகனும் இப்படிப் பேசுவது இயல்புதான். காலத்தின் கருவியைக் கண்டெடுத்த வை. கோவிந்தனின் அறிவுக் கூர்மையைக் கண்டு பின்பற்ற வேண்டியிருப்பினும் தொழிலின் வெற்றிக்கும் வாழ்க்கையின் தோல்விக்குமான இடைவெளியைப் புரிந்து கொள்வதே வை. கோவிந்தனின் வாழ்க்கையிலிருந்து லௌகீக மனிதன் கற்றுக்கொள்ளுகிற விஷயமாகவிருக்கும்.

'சக்தி வை. கோவிந்தன்:
தமிழின் முன்னோடிப் பதிப்பாளுமை' (2008)
நூலின் அறிமுகப் பகுதி

ஜார்ஜ் ஜோசப் (1887–1938)

அறியப்படாத ஆளுமை

வைக்கம் சம்பந்தப்பட்ட வரையில் ஹிந்துக்களே வேலை செய்யும்படி விட்டு விட வேண்டுமென்று எண்ணுகிறேன். அவர்கள் தங்களைத் தாங்களே பரிசுத்தம் செய்துகொள்ள வேண்டியவர்களாக இருக்கிறார்கள். உங்கள் அனுதாபத்தின் மூலமும் பேனாவின் மூலமும் நீங்கள் உதவி புரியலாம். ஆனால், நீங்கள் இயக்கத்தை உருவாக்குவது கூடாது. சத்தியாக்கிரகம் செய்வது நிச்சயமாகக் கூடாது. நாகபுரியில் நிறைவேறிய காங்கிரஸ் தீர்மானத்தை நீங்கள் கவனியுங்கள். தீண்டாமைச் சாபக்கேட்டை அகற்றும்படி அது ஹிந்து அங்கத்தினர்களுக்கே கட்டளை இட்டிருக்கிறது. தீண்டாமை நோய் சிரியன் கிறித்தவர்களைக்கூடத் தொற்றிக்கொண்டுள்ளது என்பதை ஸ்ரீ ஆண்டுரூஸிடமிருந்து தெரிந்துகொண்டபோது நான் வியப்படைந்தேன்.

வைக்கம் போராட்டம் வேகமாக நடந்து கொண்டிருந்த காலத்தில் (6 ஏப்ரல் 1924) அதில் பங்கேற்றிருந்த ஜார்ஜ் ஜோசப்புக்குக் காந்தி எழுதிய கடிதப்பகுதி இது. போராட்டத் தலைவர் கேசவ மேனன் கைது செய்யப்பட்டதையடுத்து, அவரது தலைமைப் பொறுப்பை ஜார்ஜ் ஜோசப் ஏற்றுக்கொண்ட வேளையில் இந்தக் கடிதம் ஜோசப் கைக்குக் கிடைத்தது.

வைக்கம் சத்தியாக்கிரகத்தில் கிறித்தவரான ஜார்ஜ் ஜோசப் பங்கேற்பது காந்திக்குக் கொள்கை

ரீதியில் உடன்பாடில்லை. 'தீண்டாமையை விலக்க வேண்டு மென்றால் அதை உங்கள் மதத்திலிருந்து நீங்கள் தொடங்கலாம். மற்ற மதத்திற்குள் வராதீர்கள்' என்கிற செய்தியைத்தான் காந்தி, தன் கடிதப் பகுதியின் கடைசியில் வெளிப்படுத்திய வியப்பின் வழியாக ஜோசப்புக்குத் தெரிவித்தார்.

காந்தியின் பார்வைக்கு மாறாக வைக்கம் போராட்டத்தை ஒரு மதத்தின் உள்பிரச்சினையாக அல்லாமல் குடிமை உரிமை (Civic rights) மறுப்பாக ஜார்ஜ் ஜோசப் கருதினார்.

வைக்கம் சத்தியாக்கிரகம் என்பது கோயில் நுழைவோடு தொடர்புகொண்டது அல்ல. கோயிலுக்கு அருகே உள்ள, அரசால் பராமரிக்கப்படுகிற தனியார் பாதையில் தீண்டாதார் தடுக்கப்படுவது பற்றியது. இந்த உண்மை பலமுறை திரும்பத் திரும்பச் சொல்லித் தெளிவுபடுத்தப்பட்டதாகும். தீண்டாதாரின் கோயில் நுழையும் போராட்டம் அல்ல இப்போராட்டம். இது முழுக்க அரசியல் உரிமைக்கான போராட்டம். தீண்டாதாருக்கு மறுக்கப்பட்ட குடிமை உரிமைக்காகப் போராடுவது எல்லா ஜாதி இந்துக்களைப் போலவே என் கவனங்களுள் ஒன்றாகும் எனக் கருதுகிறேன்.

என்று ஜார்ஜ் ஜோசப் பின்னர் பதிலளித்தார். மனித உரிமை, சமூக உரிமை, அரசியல் உரிமை என உரிமைகளை வகைப் படுத்திய அவர் வைக்கம் போராட்டத் தெரு நுழைவை அரசியல் உரிமையாக விளக்கினார்.

தாம் கிறித்தவன் என்று சும்மாயிருக்கலாகாதா? ஏன் வைக்கம் சத்தியாக்கிரகத்தில் கலந்துகொண்டு தீண்டாமையை விலக்கப் பாடுபட வேண்டும்? ஜோசப்பின் உள்ளத்தின் துடிதுடிப்பை என்னவென்று சொல்லுவது.

என்று வ.ரா. (வ. ராமசாமி ஐயங்கார்) ஜோசப்பின் மதம் கடந்து பாயும் கருணை உள்ளத்தைப் படம் பிடித்துப் போற்றுகிறார். எனினும் அவரது பார்வையிலும் ஜோசப் கிறித்தவர் என்பதே துருத்திக்கொண்டு நிற்பதை என்ன சொல்வது?

1927இல் காதரீன் மேயோ எழுதிய 'மதர் இந்தியா' என்னும் ஆங்கில நூலுக்கு மறுப்பாக வ.ரா. எழுதிய 'மாயாமேயோ அல்லது மேயோவுக்குச் சவுக்கடி' என்ற நூலுக்கு ஜார்ஜ் ஜோசப் குறிப்பிடத்தக்க முன்னுரை ஒன்றை எழுதியிருக்கிறார். நூலாசிரியர் வ.ரா. ஜோசப்பிடம் முன்னுரை பெற்றதற்கு நூலின் உள்ளடக்கத்தோடு ஒத்துப்போகும் சமூக முற்போக்குத் தேசியவாதி ஜோசப் என்பது காரணம் என்றாலும், மேயோவைப் போலவே ஜோசப்பும் கிறித்தவர் என்பதும் காரணமாக இருக்கலாம்.

வைக்கம் போராட்டம் நடந்து முடிந்து பல ஆண்டுகளுக்குப் பிறகும்கூட காந்தி, இந்த விஷயத்தைத் திரும்பவும் பேசினார்.

> கோயில் நுழைவு என்பது மத உரிமை. அம்மதத்தைச் சாராத ஒருவர் செய்யும் நுழைவு சத்தியாக்கிரகமாகாது. வைக்கம் சத்தியாக்கிரகத்தில் ஈடுபட்டு, ஜார்ஜ் ஜோசப் சிறை சென்றபோது, நீங்கள் தவறு செய்துவிட்டீர்கள் என்று நான் சொன்னேன். அவர் ஒப்புக்கொண்டு மன்னிப்புக் கேட்டார். சிறையிலிருந்து வெளிவந்தார். கோயில் நுழைவு சத்தியாக்கிரகம் என்பது உயர்சாதி இந்துக்கள் செய்து கொள்ள வேண்டிய கழுவாய்.

அதற்கு ஜோசப் பதிலளித்தது ஒருபுறம் இருக்கட்டும். காந்தியின் மனத்தில் ஜோசப் கிறித்தவத் தேசியவாதி என்ற நினைப்பே ஓடிக்கொண்டிருந்தது என்பது நாம் உணரும் செய்தி.

கேரளத்தில் பிறந்திருந்தாலும் தமிழகத்துக்கு வந்து நிரந்தரமாகத் தங்கிவிட்ட ஜோசப்பைக் கேரளத்தவர் தங்கள் மாநிலத்தில் நடந்த கிறித்தவ மாநாடுகளுக்குத் தொடர்ந்து அழைத்திருக்கின்றனர். தங்கள் ஊர்ப் போராட்டங்களுக்குத் தலைமை தாங்க அழைத்திருந்தனர். தங்கள் ஊர்ப் பிரச்சினையைத் தீர்க்க – உதாரணமாகத் தங்கச்சேரியைத் திருவிதாங்கூரோடு இணைக்காமலிருக்க நடந்த போராட்டத்தை முடிவுக்குக் கொண்டுவர – மதுரை வரை வந்து அழைத்துப்போயிருக்கின்றனர். அவரைப் பற்றி நூறாண்டு கழித்து நூல் எழுதும் அவரது பேரன் ‘கேரளக் கிறித்தவ தேசியவாதி’ என்றே நூல் அட்டையில் அவர் பெயரைப் பொறிக்கிறார். கேரளத்தவர் தங்கள் மாநிலத் தேசியவாதியாகவே அவரைப் பார்த்தனர்.

தமிழ்நாட்டு வ.ரா, ஜார்ஜ் ஜோசப்பைத் தமிழ்ப் பெரியாராகக் கொண்டாடினார். ஜோசப் கேரளக் கிறித்தவர் என்ற எண்ணம் தமிழ்ப் பெரியாராக அவரைப் பார்ப்பதில் தடையாக இல்லை. ‘தனித்தமிழ் நெடுங்கணக்குக்கும் தனித்தமிழ் ஒலிக்கும் கட்டுப்படாத, அந்நிய நாட்டுப் பெயராக இருந்தாலும்’ அவர் தமிழர்தான்; தமிழ்நாட்டுத் தலைவர்தான் என்று உறுதியாக எழுதினார். ஜோசப்பின் பற்றற்ற சேவைகள் வ.ரா.வின் உறுதியான பாராட்டுக்குக் காரணம்.

மைய நீரோட்ட அரசியலில் கிறித்தவர்கள் இல்லாத குறையை ஜோசப் போன்ற சிலரின் இருப்பு நீக்கியது. ஆனால், தமிழ்நாட்டுக் காங்கிரசுக்காரர்களின் செயல்பாடுகள் அவரைத் தன் இறுதிக்காலத்தில் மத நடவடிக்கைகளில் இறக்கிவிட்டது. இருபதுகளின் தொடக்கத்தில் இருந்த காங்கிரஸ் ஈடுபாடு,

முப்பதுகளில் அவருக்கு இல்லை. 1930இல் நடந்த உப்புச் சத்தியாக்கிரகத்தில் அவர் கலந்துகொள்ளவில்லை. உள்ளே நுழைந்து பார்த்துவிட்டு இருட்டறையில், கரைந்து காணாமல் போய்விடுவோமோ என்று பயந்து வெளியே போய்விட்ட (எங்கோ படித்த) ஒரு யாத்ரீகனை நினைவூட்டுகிறது ஜோசப்பின் செயல்.

> இந்து ஜனச் சமூக ஊழல்களில் தலையிட ஜோசப்புக்கு உரிமை இல்லையா? இல்லை என்று மதுரையில் சில வம்புக்காரக் காங்கிரசுவாதிகள் வலியுறுத்தினர். ஜோசப் காங்கிரசை விட்டு வெளியே போய்விட்டார்.

என்று வருத்தத்துடன் குறிப்பிடும் வ.ரா. காங்கிரசில் சாதி ஆதிக்கம் குறையாமல் இருந்தது என்று ஒப்புக்கொண்டார். இந்தச் சூழ்நிலையையும் மீறித்தான் ஜோசப் தமிழ்ப் பெரியாராக உருவெடுத்தார்.

தேசியவாதி என்ற அடையாளத்தையும்விட, கிறித்தவர் என்ற மத அடையாளமே முன்நின்றதொரு பாதகமான சூழலில் இந்திய விடுதலைப் போராட்டத்தில் பங்கு கொண்டவர் ஜார்ஜ் ஜோசப் (1887 – 1938). கேரளத்தில் பிறந்து தமிழகத்தை வாழ்விடமாகக் கொண்ட வழக்கறிஞர். இருபதாம் நூற்றாண்டின் முதல் பகுதியில் தமிழகத்தின் மிகப் பிரசித்தி பெற்ற தேசியவாதி. மோதிலால் நேருவின் தி இன்டிபென்டண்ட், காந்தியின் யங் இந்தியா ஆகிய இதழ்களில் ஆசிரியர். விடுதலைப் போராட்டத்தில் பங்கேற்ற அமைப்புகள் பலவற்றின் கொள்கையை உருவாக்கிய கர்த்தா, இந்திய விடுதலைப் போராட்டத்தின் அறிவுத்தளத்தில் அவரது பெரும்பான்மைச் செயல்பாடுகள் அமைந்தன. அதே சமயம் செயல் தளத்திலும் மதிப்புக் குறையா ஈடுபாடு உள்ளவர். அதனால் சிறைவாசம் அனுபவித்தவர்.

தமிழ்நாட்டில் குற்றப் பரம்பரையினராகச் சட்டம் கருதிய பிரமலைக் கள்ளர் மற்றும் மறவர்கள் சமூகத்துக்காக ஜோசப் உழைத்தது வாழ்காலத்தின் பெரும் பகுதியாகும். அம்மக்களால் 'ரோசாப்பூத் துரை' என்று இன்றும் அழைக்கப்படுவதும் நினைக்கப்படுவதும் அதற்கான உயிருள்ள சான்று. ஜோசப் என்ற பெயரின் திரிபாகவோ, (அவர் பேரன் சொல்லுவதுபோல) அவர் சட்டையில் (எப்போதேனும்) சூடிக்கொள்ளும் ரோஜாப்பூ காரணமாகவோ இப்படிச் செல்லப் பெயர் வந்திருக்கலாம்.

உழைக்கும் ஆலைத்தொழிலாளருக்காக மதுரையில் 'மதுரைத் தொழிலாளர் சங்கம்' உருவாக உதவிய ஜார்ஜ் ஜோசப், சென்னை, திருவிதாங்கூர் மேல்வர்க்க அறிவுஜீவிகளுக்கு வலுவான மாற்றுச் சக்தியாகத் திகழ்ந்தவர்.

சாதி வேறுபாடுகள் இருப்பதாகக் கருதப்பட்ட சிரியன் கிறித்தவப் பிரிவிலிருந்து, வாழ்வின் இறுதிக்காலத்தில் ரோமன் கத்தோலிக்கராக மாறினார். கிறித்தவரான ஜோசப், தன் மகளுக்கு 'மாயா' என்று புத்தர் தொடர்பான பெயரைச் சூட்டுமளவிற்கு அறிவில் மட்டுமே கவனம் செலுத்தியவர் பின்னால் இப்படி மாறிப்போனார். மதங்கடந்த மனிதராக, தேசிய வாழ்வில் கலந்திருந்த அவரது பெரு வாழ்வில் காங்கிரசின் உள் அரசியல் இத்தகு மாற்றத்திற்கு உதவிவிட்டது. என்றாலும், ஜோசப் மத்திய சட்டசபையில் வாரிசு உரிமை விவாதத்தில் தெரிவித்த கருத்துகள் மதத்தைக் கடந்த பொது சிவில் சட்டத்தை நோக்கியதாக அமைந்திருந்தன. காங்கிரசு உறுப்பினராக இருந்து அவர் முன்வைத்த பொது சிவில் சட்டக் கருத்தை அக்கட்சி தொடர்ந்து வலியுறுத்திவந்திருந்தால் இந்து மதவாத சக்திகளின் கையில் அந்த நல்ல கருத்தாக்கம் இன்று மாட்டிக்கொண்டிருக்காது; இன்றைய சீரழிவையும் அது சந்தித்திருக்காது. காங்கிரசுக்குப் பொது சிவில் சட்டத்தை முன்னுரைக்க முழுத்தகுதி இல்லையாயினும் தகுதியுடைய இடதுசாரிகளின் அரசியல் பலவீனம், அவ் வரலாற்றுப் பாத்திரத்தைக் காங்கிரசு வகிக்க வைத்திருக்கும். அது ஜோசப்புக்கு அஞ்சலியாகவும் அமைந்திருக்கும்.

சமத்துவம் என்ற இலட்சியக் கனவைத் தடுக்கக் கடந்த காலமும் சமகாலமும் எதிர்காலமும் எழுப்பியிருந்த வலுமிக்க மாயச் சுவர்களைத் தன் அறிவாலும் அளவுகடந்த அனுதாபத் தாலும், பல எதிர்ப்புக்கிடையிலும் துளைத்துச் சென்றவர் ஜார்ஜ் ஜோசப்.

○

ஜார்ஜ் ஜோசப்பின் (1887–1938) ஐம்பது ஆண்டு கால வாழ்வை வாழ்விடம் சார்ந்து நான்கு பகுதிகளாகப் பிரித்துப் பார்ப்பது, அவரது தேசிய வாழ்க்கையைப் புரிந்துகொள்ள உதவலாம். கேரளத்தில் இளமைக்காலம், மதுரை – முதற் காலம், வட இந்தியாவில் பத்திரிகையாசிரியர் காலம், மதுரை – இரண்டாம் காலம் என அப்பிரிவுகள் அமையும்.

கேரளத்தில் பிறந்து சென்னை, லண்டன் ஆகிய இடங்களில் பயின்று திருமணம் முடிந்து மதுரையில் தொழில் புரியத் தொடங்கும் வரை இளமைக்காலம்.

1909இல் மதுரையில் வழக்கறிஞர் தொழில் தொடங்கி, காங்கிரசுப் பேரியக்கத்தில் ஈடுபட்டு உழைத்த காலம் மதுரை – முதற்காலம். 1920வரை நீடித்த இக்காலத்தில் திக்கற்றவர்களுக்கும் ஏழைகளுக்கும் தொழிலாளர்களுக்கும் தன் தொழில் மூலம் உதவி புரிந்தார்.

மதுரையில் மகாத்மா காந்தியுடன் நடந்த சந்திப்பு, ஜோசப்பின் வாழ்க்கையைப் புரட்டிப்போட்டுவிட்டது. வளம் கொழித்த வழக்கறிஞர் தொழிலை விட்டு, வறுமை தாராள நடமிடும் பத்திரிகையாளர் வாழ்க்கையைக் காந்தியின் அழைப்பின் பேரில் தொடங்கினார். தி இன்டிபென்டண்ட், யங் இந்தியா ஆகிய பத்திரிகைகளுக்கு ஆசிரியராக இருந்தார். அதன் பொருட்டு வடநாட்டில் வாழ்ந்த 1920 – 1925 காலப் பகுதியைப் பத்திரிகையாசிரியர் காலம் என அடையாளப்படுத்தலாம். இக்கால வாழ்வு கேரளத்தின் வைக்கம் போராட்டத்தில் நிறைவுற்றதெனலாம்.

1925இல் மதுரை திரும்பி, வழக்கறிஞர் தொழிலை மறுபடியும் தொடர்ந்தார் ஜோசப். இடையில் இரண்டாண்டுகள் சென்னைக்கு இடம்பெயர்ந்தாலும் பின் ஊர்த் திரும்பி மதுரையிலேயே இறுதிவரை வாழ்ந்தார். வாழ்க்கையின் தேவை சார்ந்த தொழிலுக்கே இக்காலப்பகுதியில் பிரதான இடம் அளித்திருந்தார் என்றாலும் கடைசி இரண்டாண்டுகள் அரசியலில் தீவிரமாக ஈடுபட்டார். நீண்டகாலம் வாழவில்லையாயினும் வாழ்ந்த வாழ்க்கை பயன்மிக்க வாழ்க்கை.

❍

இருபதாம் நூற்றாண்டின் முற்பகுதியில் ஐம்பதாண்டு காலம் வாழ்ந்து, மறைந்து எழுபது ஆண்டுகளே ஆகும் பிரபலமான ஒருவரைப் பற்றிய குறிப்புகள் கிடைப்பது அபூர்வ நிகழ்வாய் இருக்கிறது தமிழ் மண்ணில். அறிவுஜீவி தேசியவாதியான ஜார்ஜ் ஜோசப் குறித்த முழுப் பதிவுகள் தமிழ் அறிவுலகில் இல்லை என்பது வருத்தம் தரும் ஆனால் ஆச்சரியம் இல்லாத செய்தி. அவர் நூல் எதுவும் வெளியிட்டிராத நிலையில் அவரது பத்திரிகை எழுத்துகளே அவரை அறிந்துகொள்ளப் பயன்படுகின்றன. அவரது எழுத்துகள் *சவுத் இந்தியன் மெயில்* என்ற பி. ஜார்ஜ் என்பவர் நடத்திய இப்போது காணக்கிடைக்காத பத்திரிகையிலும் *நியூ இந்தியா* என்ற அன்னி பெசண்ட் நடத்திய பத்திரிகையிலும் *இந்து* பத்திரிகையிலும் சிதறிக் கிடக்கின்றன. அச்சமயத்தில் (1909 – 1938) நடந்த பிற ஆங்கிலப் பத்திரிகைகளிலும் தேடினால் வேறு எழுத்துகள் கிடைக்கலாம்.

தவிர, தேசியவாதிகள் சிலரின் வாழ்க்கை வரலாற்றில் ஜோசப் பற்றிய குறிப்புகள் வருகின்றன. ஜோசப்பின் சம காலத்தவரான வ.ரா. (1889 – 1951) தமிழ்ப் பெரியார்களுள் ஒருவராக அவரை இனம் கண்டு பதிவுசெய்துள்ள கட்டுரையே மிக அரிய ஆவணமாகக் கிடைக்கிறது. ஜார்ஜ் ஜோசப் என்ற பெயர் எனக்கு முதன்முதலில் 1984இல் அறிமுகமானது வ.ரா.வின்

இந்த எழுத்து மூலமாகத்தான். அக்கட்டுரை முதலில் *காந்தி* இதழில் ஜோசப் வாழும்போதே வெளிவந்தது. பின்னர் சில சேர்த்தல்களுடன் அவர் மறைவிற்குப் பின் நூலானது.

"அனுகூலம் எதுவும் இல்லாமல் பிரதிகூலங்களுக்கு மத்தியில் வாழ்ந்தும், வீறுகொண்டு எழும் பேர்வழிகள் பெரியார்கள் என்பதில் சந்தேகமே இல்லை. நான் குறிப்பிட்டிருக்கிற அத்தனை பேர்களும் யாருடைய உதவியும் இல்லாமல், தங்கள் சொந்த முயற்சியால் முன்னுக்கு வந்தவர்கள். இவர்கள் எல்லோரும் ஒவ்வோர் அளவில் மேதாவிகள். சரித்திரத்தில் இடம்பெறக்கூடிய காரியங்களைச் செய்தவர்கள்" என்ற முன்குறிப்போடு, ஜார்ஜ் ஜோசப் உட்பட 12 பேர்களைத் தமிழ்ப் பெரியார்களாக வ.ரா. கொண்டாடினார். சக்ரவர்த்தி ராஜகோபாலாச்சாரியார், ஈ.வே. ராமசாமி நாயக்கர், திரு.வி. கலியாணசுந்தர முதலியார், டாக்டர் பி. வரதராஜுலு நாயுடு, டாக்டர் டி.எஸ்.எஸ். ராஜன், எஸ். சத்தியமூர்த்தி, வ.உ. சிதம்பரம் பிள்ளை, எஸ்.எஸ். வாசன், கே.பி. சுந்தராம்பாள், என்.எஸ். கிருஷ்ணன், வெ. ராமலிங்கம் பிள்ளை ஆகியோர் மற்ற தமிழ்ப் பெரியார்கள். இந்தக் குறிப்பிட்ட விடுதலைக் காலத் தலைவர்களுள், கலை உலகத்தினர் தவிர்த்த மற்ற அனைவரோடும் ஜோசப் விடுதலைப் போராட்டத்தின் பல கட்டங்களில் நெருங்கி உழைத்திருக்கிறார்.

வாழும் காலத்திலேயே தமிழ்ப் பெரியாராக அடையாளம் காணப்பெற்ற ஜோசப், தற்போது பொதுமக்களின் நினைவில் இல்லாதது பற்றிய வருத்தம் தமிழ்ச் சூழலில் முட்டாள்தனமானது. அறிவுலக நினைவிலிருந்தும் ஜோசப் மங்கியும் மறைந்தும் போவது சிந்தனை வரலாற்றின் தொடர் கண்ணிகளைப் பேணாத அறிவுலகச் சுணக்கத்தைச் சுட்டுவதாகும். காங்கிரஸ் பேரியக்கத்தின் வரலாற்றில் ஜோசப்பின் இடம் வேண்டிய அளவு இடம்பெறாதது அதற்குப் பொறுப்பானவர்களின் வரலாற்றறிவின்மை அல்லது மதச்சார்பைக் காட்டுவதாகும்.

குடும்ப வாரிசுகளாவது, சிலரது விஷயத்தில், வரலாற்றை எழுதும் பணியைச் செய்கிறார்களே என்று தேற்றிக்கொள்ள வேண்டியிருக்கிறது. 'காக்கைக்குத் தன் குஞ்சே பொன் குஞ்சு' என்ற மனோபாவம் மேலோங்கிச் செயல்படும் ஆபத்து நிரம்பியது குடும்பத்தினரின் வரலாற்று நூல்கள். ஜார்ஜ் ஜோசப்பைப் பொறுத்தவரை அவரது குடும்பத்தினர் எழுதிய இரண்டு ஆங்கில நூல்கள் அந்த ஆபத்தைக் கடந்து வெளிவந்துள்ளன. அவரது இரண்டாவது மகள் மாயா தாமஸ், ஜார்ஜ் ஜோசப்பின் பிறந்த நூற்றாண்டை ஒட்டி, 1987இல் எழுதி வெளியிட்ட சிறுநூல் முதல் நூல்: 'பாரிஸ்டர் ஜார்ஜ் ஜோசப் – ஒரு நினைவுக் குறிப்பு' *(Barrister*

George Joseph - A Memoir). அடுத்தது ஜோசப்பின் முதல் மகள் மோலி என்கிற சாராவின் மகனும் டொராண்டோ பல்கலைக்கழகத்தின் கணிதத்துறைப் பேராசிரியருமான ஜார்ஜ் ஜிவர்கிஸ் ஜோசப் எழுதி 2003இல் வெளிவந்த 'ஜார்ஜ் ஜோசப் – ஒரு கேரளக் கிறித்தவ தேசியவாதியின் வாழ்க்கையும் காலமும்' *(George Joseph-The Life and Times of a Kerala Christian Nationalist)* என்ற நூல். இவை தவிர, ஜோசப்பின் தம்பியும் பிரபல பத்திரிகையாளருமான போத்தன் ஜோசப் எழுதிய சுயசரிதையும் அவரது மகன் எழுதிய ஒரு முழுக் கட்டுரையும் ஜோசப்பின் வாழ்க்கையை நமக்குக் காட்டுவன. அவரோடு பழகிய சம காலத்தவர் எழுதிய எழுத்துகள் நமக்குக் கிடைக்கவில்லை. இவை தவிர மகாத்மா காந்தி தொகுப்பு நூல்களில் *(Collected Works of Mahatma Gandhi)* பல குறிப்புகள் விரவிக் கிடக்கின்றன. மோதிலால் நேருவின் தொகுப்பிலும் சில செய்திகள் உண்டு. இருக்கும் இவற்றைக் கொண்டுதான் ஜார்ஜ் ஜோசப்பின் வாழ்க்கை வரலாற்றுக் குறிப்பை எழுத வேண்டியுள்ளது.

'ஜார்ஜ் ஜோசப்: அறியப்படாத ஆளுமை' (2007)
நூலின் அறிமுகப் பகுதி

5